ഗൗരി ലങ്കേഷ്
ജ്വലിക്കുന്ന ഓർമ്മ

**gauri lankesh**
**jwalikkunna ormma**

•

*editor*
a krishnakumari

•

*first edition*
may 2018

•

*typesetting & published*
chintha publishers, thiruvananthapuram

•

•

*cover*
vinod

•



---

***വിതരണം***

**ദേശാഭിമാനി ബുക്ക് ഹൗസ്**

H O തിരുവനന്തപുരം-695 035
phone: 0471-2303026, 6063026
www.chinthapublishers.com
chinthapublishers@gmail.com

***ബ്രാഞ്ചുകൾ***

ഹെഡ്ഡാഫീസ് ബ്രാഞ്ച് കുന്നുകുഴി • സ്റ്റാച്യു തിരുവനന്തപുരം • കെ എസ് ആർ ടി സി ബസ് സ്റ്റേഷൻ ആലപ്പുഴ • കെ എസ് ആർ ടി സി ബസ് സ്റ്റേഷൻ എറണാകുളം • മച്ചിങ്ങൽ ലെയ്ൻ തൃശൂർ • ഐ ജി റോഡ് കോഴിക്കോട് • മാവൂർ റോഡ് കോഴിക്കോട് • എൻ ജി ഒ യൂണിയൻ ബിൽഡിങ് കണ്ണൂർ • സെൻട്രൽ ബസ് ടെർമിനൽ കോംപ്ലക്സ് താവക്കര കണ്ണൂർ

---

CO - 2856 / 4634
ISBN - 978-93-87842-25-0

# ഗൗരി ലങ്കേഷ്
# ജ്വലിക്കുന്ന ഓർമ്മ

എഡിറ്റർ:
**എ കൃഷ്ണകുമാരി**

**ചിന്ത പബ്ലിഷേഴ്സ്**
**തിരുവനന്തപുരം-695 035**
**വില : ₹ 60**

# എ കൃഷ്ണകുമാരി

1963 ജൂൺ 15 ന് മലപ്പുറം ജില്ലയിലെ പുലാമന്തോളിൽ ജനനം. അച്ഛൻ: ചെറുകാട്ട് പിഷാരത്ത് സി ഇ രാഘവപി ഷാരടി (ആർ പി). അമ്മ: എ സരോജിനി. ചെമ്മലശ്ശേരി എൽ പി സ്കൂൾ, കലൂർ ഗവ. ഗേൾസ് ഹൈസ്കൂൾ, എറണാകുളം മഹാരാജാസ് കോളേജ് എന്നിവിടങ്ങളിൽ വിദ്യാഭ്യാസം. ബി എ ഫിലോസഫി ബിരുദം നേടി. 1984 മുതൽ 2004 വരെ ഭോപ്പാൽ *സെൻട്രൽ ക്രോണിക്കിളിൽ* സീനിയർ സബ്എഡിറ്ററായി ജോലി ചെയ്തു. 2004 മുതൽ തൃശൂർ *ദേശാഭിമാനി*യിൽ ജോലി ചെയ്യുന്നു. ഇപ്പോൾ സീനിയർ സബ്എഡിറ്റർ. ആനുകാലികങ്ങളിൽ സ്ഥിരമായി ലേഖനങ്ങൾ എഴുതുന്നു. വനിതാ പത്രപ്രവർത്തനം - *ചരി ത്രവും വർത്തമാനവും* (സാഹിത്യ അക്കാദമി), *സമരപഥ ങ്ങളിലെ പെൺപെരുമ* (സമത) എന്നിവയാണ് പ്രസി ദ്ധീകരിച്ച പുസ്തകങ്ങൾ. കേരള സംസ്ഥാന സർക്കാരിന്റെ 2017 ലെ വനിതാ രത്നം ആനി തയ്യിൽ മാധ്യമ പുരസ്കാരം ലഭിച്ചിട്ടുണ്ട്.

ഭർത്താവ് : ടി നാരായണൻകുട്ടി
മകൻ : അനീഷ്
മരുമകൾ : രശ്മി
പേരക്കുട്ടി : വിഹാൻ
വിലാസം : പി ടി ഹൗസ്, തെക്കേമഠം റോഡ്
തൃശൂർ 680 001
ഫോൺ : 0487 2440725, 8089570636
e-mail : krishnadbi15@gmail.com

# ഉള്ളടക്കം

# പ്രസാധകക്കുറിപ്പ്

**ക**ർണ്ണാടകത്തിന്റെ പൊതു സാംസ്കാരിക മണ്ഡലത്തിന് ഇടതുപക്ഷ സോഷ്യലിസ്റ്റ് സ്വഭാവമുണ്ട്. 1970 കളിലെ സാമൂഹ്യ മുന്നേറ്റങ്ങളിലും അടിയന്തരാവസ്ഥയ്ക്കെതിരായ പോരാട്ടത്തിലും മുൻപന്തിയിൽ നിന്നവരാണ് അവിടത്തെ സാംസ്കാരിക പ്രവർത്തകർ. യു ആർ അനന്തമൂർത്തിയും ഗിരീഷ് കർണ്ണാടും ഭക്തവത്സലവും തുടങ്ങി സ്നേഹലതാ റെഡ്ഡിയും ലങ്കേഷും പ്രസന്നയും രാമചന്ദ്രപ്പയും ഇവരിൽ പ്പെടും. ലങ്കേഷിന്റെ *ലങ്കേഷ് പത്രിക* ഇവരുടെയെല്ലാം പൊതുവേദി ആയിരുന്നു.

2000 ത്തിൽ ലങ്കേഷിന്റെ മരണശേഷം മൂത്ത പുത്രിയായ ഗൗരി പത്രികയുടെ സാരഥ്യം ഏറ്റെടുത്തു. ഗൗരി ലങ്കേഷിന്റെ പത്രപ്രവർത്തനം കർണ്ണാടകയിൽ സംഘ പരിവാറിനെതിരെ നിരന്തരമായി ഉയർന്നുകൊണ്ടിരുന്ന ഏറ്റവും നിശിതമായ ശബ്ദങ്ങളിലൊന്നായിരുന്നു.

ഈ സാഹചര്യത്തിലാണ് ഗൗരി ലങ്കേഷ് ദാരുണമായി കൊല്ലപ്പെട്ടത്. അതിനുശേഷമുള്ള മാധ്യമങ്ങളുടെയും മാധ്യമ പ്രവർത്തകരുടെയും പ്രതികരണങ്ങൾ പുറത്തു കൊണ്ടു വരുന്നതിനായിട്ടാണ് ശ്രീമതി എ കൃഷ്ണകുമാരി ഈ പുസ്തകം തയ്യാറാക്കിയിട്ടുള്ളത്.

**ചിന്ത പബ്ലിഷേഴ്സ്**

# ആമുഖം

**ഗൗ**രി ലങ്കേഷിന്റെ കൊലപാതകത്തിനു ശേഷമാണ് അരക്ഷിതമാകുന്ന മാധ്യമ രംഗത്തെക്കുറിച്ച് കൂടുതൽ ആശങ്കപ്പെടേണ്ട സമയമായിരിക്കുന്നു എന്ന തോന്നൽ പല മാധ്യമ പ്രവർത്തകർക്കുമുണ്ടായത്. സംഘപരിവാർ ശക്തികളെയും കേന്ദ്രസർക്കാരിനെയും എതിർക്കുന്നവർക്ക് ഇതാണ് സംഭവിക്കുക എന്ന് സംഘപരിവാർ ശക്തികൾ ഗൗരി ലങ്കേഷിന്റെ കൊലപാതകത്തിലൂടെ തെളിയിക്കുകയായിരുന്നു. സംഘപരിവാർ ശക്തികൾക്ക് അനുകൂല നിലപാടെടുക്കാത്തവരെ ഭീഷണിപ്പെടുത്തി വരുതിയിലാക്കുക എന്ന തന്ത്രമാണ് അവർ പരീക്ഷിക്കുന്നത്. ഈ തന്ത്രം ഗൗരിയുടെ കാര്യത്തിൽ വിലപ്പോയില്ല. അവർ സത്യത്തിന്റെയും നീതിയുടെയും ഭാഗത്തുനിന്നുകൊണ്ടുള്ള പത്രപ്രവർത്തനമാണ് കാഴ്ചവെച്ചത്. ഗൗരി ലങ്കേഷിന്റെ ഈ ധൈര്യപൂർവ്വവും ആത്മാർത്ഥതയുള്ളതുമായ പ്രവർത്തനം ഒരിക്കലും സംഘപരിവാറുകാർക്ക് അംഗീകരിക്കാവുന്നതായിരുന്നില്ല. ഇതുതന്നെയാണ് സംഘപരിവാർ അജണ്ട അംഗീകരിക്കാത്ത എല്ലാവരുടെയും സ്ഥിതി എന്ന് അവർ പറയാതെ പറയുന്നു.

ഈ സാഹചര്യത്തിലാണ് ഗൗരി ലങ്കേഷിന്റെ പ്രവർത്തനങ്ങളെക്കുറിച്ചും നിസ്വാർത്ഥ ജീവിതത്തെക്കുറിച്ചും അവരുടെ കൊലപാതകത്തിനുശേഷം ചില മാധ്യമ പ്രവർത്തകരും മാധ്യമങ്ങളും എങ്ങനെ പ്രതികരിച്ചു എന്ന് പുറത്തുകൊണ്ടുവരേണ്ടത് അത്യാവശ്യമാണെന്ന് മനസ്സിലായത്. പുരോഗമന ആശയക്കാരായ മാധ്യമരംഗത്തെ പ്രമുഖർ അവരെക്കുറിച്ച് എന്താണ് പറയുന്നതെന്ന് പരിശോധിക്കുകയാണ് ഈ പുസ്തകം.

ഗൗരി ലങ്കേഷിന്റെ ജീവിതം പോലെതന്നെ അപൂർവ്വത നിറഞ്ഞ

താണ് അവരുടെ കൊലപാതകവും. ചരിത്രം പരിശോധിക്കുകയാണെങ്കിൽ വനിതകൾ രക്തസാക്ഷികളായ അവസരങ്ങൾ വിരളമാണ്. അങ്ങനെ ചരിത്രത്താളുകളിൽ അവരുടെ രക്തസാക്ഷിത്വം എഴുതപ്പെട്ടു എന്നു വേണം പറയാൻ.

ഈ പുസ്തകത്തിന് ലേഖനങ്ങൾ തന്നു സഹായിച്ച എല്ലാവർക്കും ഞാൻ പ്രത്യേകം നന്ദി രേഖപ്പെടുത്തുന്നു. ഈ പുസ്തകം പ്രസിദ്ധീകരിക്കുന്ന ചിന്ത പബ്ലിഷേഴ്സിനും എന്റെ ഹൃദയം നിറഞ്ഞ നന്ദി രേഖപ്പെടുത്തുന്നു.

**എ കൃഷ്ണകുമാരി**

# ഗൗരി ലങ്കേഷിന്റെ വധവും പ്രതിരോധമുന്നണിയുടെ അനിവാര്യതയും

ഡോ. കെ എൻ ഗണേഷ്

*ഗൗരി ലങ്കേഷ്*

ഗൗരി ലങ്കേഷിന്റെ കൊലപാതകം ഇന്ത്യയുടെ സാംസ്കാരിക ലോകത്തെയാകമാനം ഞെട്ടിച്ചിരിക്കയാണ്. നരേന്ദ്ര ധാബോൽക്കർ, ഗോവിന്ദ് പൻസാരെ, എം എം കൽബുർഗി എന്നിവരെ കൊലചെയ്തതിന്റെ അതേ മാതൃകയിലും രീതിയിലുമാണ് ഗൗരി ലങ്കേഷിന്റെ കൊലപാതകവും നടന്നത്. മറ്റു കൊലപാതകങ്ങൾക്കെതിരായി ശക്തമായ പ്രതിഷേധമുയർന്നതിനുശേഷമാണ് വീണ്ടും ഒരു കൊലപാതകം അതേരീതിയിൽ നടക്കുന്നത്. പ്രതിഷേധങ്ങൾ കൊലപാതകികളുടെ മനോഭാവത്തെ ഒരു രീതിയിലും ബാധിച്ചിട്ടില്ലെന്ന് വ്യക്തമാണ്. ഗൗരി ലങ്കേഷിന്റെ കൊലപാതകത്തിനെതിരെ പ്രതികരിച്ച കാഞ്ചാ ഐലയ്യയും രാമചന്ദ്രഗുഹയുമടക്കമുള്ള ബുദ്ധിജീവികൾക്കെതിരെയും ഭീഷണിയുയരുകയാണ്.

കൊലപാതക പരമ്പര പരിശോധിക്കുമ്പോൾ അവയ്ക്ക് ചില പൊതുരീതികൾ കാണാൻ കഴിയും. നരേന്ദ്ര ധാബോൽക്കർ മഹാരാഷ്ട്രയിലെ പ്രമുഖ യുക്തവാദികളിൽ ഒരാളായിരുന്നു. മഹാരാഷ്ട്രയിലും

മറ്റു പ്രദേശങ്ങളിലും ശിവസേനയുടെയും മറ്റ് ഹിന്ദു സംഘടനകളുടെയും കീഴിൽ നിലനിർത്തിപ്പോന്ന പ്രാകൃതാചാരങ്ങൾക്കെതിരെ ശക്തമായി പ്രതികരിക്കുകയും അന്ധവിശ്വാസങ്ങളെയും അനാചാരങ്ങളെയും ഇല്ലായ്മ ചെയ്യുന്നതിനുള്ള ഒരു ബിൽ മഹാരാഷ്ട്ര നിയമസഭയിൽ കൊണ്ടുവരുന്നതിൽ മുഖ്യ പങ്കുവഹിക്കുകയും ചെയ്ത ആളായിരുന്നു ധാബോൽക്കർ. ധാബോൽക്കറിന്റെ ശ്രമങ്ങൾ സ്വാഭാവികമായും അദ്ദേഹത്തെയും സഹപ്രവർത്തകരെയും ഹിന്ദുത്വവാദികളുടെ ശത്രുക്കളാക്കി. ധാബോൽക്കറുടെ വധത്തിനുശേഷമാണ് പൻസാരെയും വധിക്കപ്പെട്ടത്. ശിവജിയുടെമേൽ ഇന്ന് ശിവസേനക്കാർ വെച്ചുകെട്ടിയ ആവരണങ്ങൾ മാറ്റി, ശിവജി എന്ന ചരിത്രപുരുഷനെ അവതരിപ്പിക്കുകയാണ് പൻസാരെ ചെയ്തത്. ഈ പ്രവർത്തനത്തിന് പൻസാരെ ഉത്തരം പറഞ്ഞത് സ്വന്തം ജീവിതംകൊണ്ടാണ്. ശിവസേനയും സംഘപരിവാർ മൊത്തത്തിലും ജനങ്ങളുടെമേൽ നിയന്ത്രണം നിലനിർത്തുന്നത് യുക്തിസഹമായ രീതിയിൽ അവരുടെ നിലപാടുകൾ പ്രചരിപ്പിച്ചല്ല. ജനങ്ങളുടെ ഇടയിൽ നിലനില്ക്കുന്ന അന്ധവിശ്വാസങ്ങളെയും അനാചാരങ്ങളെയും പ്രോത്സാഹിപ്പിക്കുകയും മിത്തുകളെ ശക്തിപ്പെടുത്തുകയും ചെയ്തുകൊണ്ടാണ്. ഇത്തരം മിത്തുകളും അനാചാരങ്ങളുമില്ലെങ്കിൽ ഇവർക്ക് അസ്തിത്വമില്ല. അതുകൊണ്ട് അന്ധവിശ്വാസങ്ങളെയും അനാചാരങ്ങളെയും എതിർക്കുന്നവരോട് ഏതാണ്ട് ഉന്മാദാവസ്ഥയിലുള്ള പകയാണ് അവർക്കുള്ളത്. ഒരു കാലത്ത് അവരുടെ പൂർവ്വികരായ ആദ്ധ്യാത്മികരും സാമൂഹ്യ പരിഷ്കർത്താക്കളും ഇത്തരം അനാചാരങ്ങളെ ശക്തിയായി എതിർത്തിരുന്നു എന്ന വസ്തുതപോലും അവർ മറന്നിരിക്കുന്നു. ധാബോൽക്കറുടെയും പൻസാരെയുടെയും പിന്നിൽ അണിനിരന്ന ആൾബലംകൊണ്ടല്ല അവർ കൊല്ലപ്പെട്ടത്. അവർ ഉയർത്തിയ പ്രശ്നങ്ങൾക്ക്, വാദഗതികൾക്ക് മറുപടി പറയാനുള്ള അടിസ്ഥാനശേഷിപോലും എതിരാളികൾക്കില്ലാത്തതുകൊണ്ടാണ്. യുക്തികൊണ്ട് ജയിക്കാൻ സാധിക്കാത്തിടത്താണല്ലോ കൈയൂക്കു വേണ്ടിവരിക. ധാബോൽക്കറെയും പൻസാരെയും കൊന്നതായി കരുതപ്പെടുന്ന സനാതൻ സംസ്ഥ എന്ന തീവ്രവാദിക്കൂട്ടം അതാണ് ചെയ്തത്.

ശക്തമായ സെക്കുലർ സാംസ്കാരിക മണ്ഡലം വളരെക്കാലമായുള്ള സംസ്ഥാനമാണ് കർണ്ണാടകം. ഈ സാംസ്കാരിക മണ്ഡലത്തിന് ഇടതുപക്ഷ സോഷ്യലിസ്റ്റ് സ്വഭാവമുണ്ട്. ഒരു രാഷ്ട്രീയ പാർട്ടിയോടുള്ള പ്രതിബദ്ധത എല്ലായ്പ്പോഴും അവർ പ്രകടിപ്പിക്കാറില്ലെന്നതും വസ്തുതയാണ്. 1970 കളിലെ സാമൂഹ്യ മുന്നേറ്റങ്ങളിലും അടിയന്തരാവസ്ഥക്കെതിരായ പോരാട്ടത്തിലും മുൻപന്തിയിൽനിന്നവരാണ് അവിടത്തെ സാംസ്കാരിക പ്രവർത്തകർ. യു ആർ അനന്തമൂർത്തിയും ഗിരീഷ് കർണ്ണാടും ഭക്തവത്സലവും പുട്ടണ്ണാകനഗലും പട്ടാഭിരാമ റെഡ്ഡിയും സ്നേഹലതാറെഡ്ഡിയും ലങ്കേഷും പ്രസന്നയും രാമചന്ദ്രപ്പയുമെല്ലാം ഇവരിൽപ്പെടും. കൽബുർഗിയെപ്പോലുള്ളവർ സാഹിത്യരംഗത്തെ

ശക്തമായ സാന്നിദ്ധ്യമായിരുന്നു. ലങ്കേഷിന്റെ *ലങ്കേഷ് പത്രിക* ഇവരുടെയെല്ലാവരുടെയും പൊതുവേദിയായിരുന്നു. സാഹിത്യവും രാഷ്ട്രീയ വിമർശനവും കൂടാതെ സിനിമയിലും നാടകത്തിലുമെല്ലാം കൈവയ്ക്കുകയും അവരുടെ സിദ്ധി തെളിയിക്കുകയും ചെയ്തതുകൊണ്ടാണ് ഇവരിൽ പലരും ദേശീയം മാത്രമല്ല അന്താരാഷ്ട്ര പ്രശസ്തിയിലേക്കുയർന്നത്. ഇന്ത്യയിൽ സംഘടിത പ്രസ്ഥാനങ്ങൾക്ക് പുറത്തു വളർന്നു വന്ന ഏറ്റവും ശക്തമായ ഇടതുപക്ഷ സാന്നിദ്ധ്യങ്ങളിലൊന്നായി ഇവരെ കണക്കാക്കുന്നതിൽ തെറ്റില്ല.

അടിയന്തരാവസ്ഥയ്ക്കുശേഷം ഇവർ പൊതുവിൽ ജനതാപ്പാർട്ടിയുടെ സഹയാത്രികരായിരുന്നെങ്കിലും സാമൂഹ്യ വിമർശന പ്രക്രിയ അഭംഗുരം തുടർന്നു. ഇതിൽ നേതൃത്വപരമായ പങ്കുവഹിച്ചത് ലങ്കേഷ് പത്രികയായിരുന്നു. സിനിമാ നിർമ്മാതാവും നടനും സംവിധായകനും പത്രപ്രവർത്തകനുമൊക്കെയായിരുന്ന ലങ്കേഷ് കർണ്ണാടകത്തിലെ സാമൂഹ്യസാംസ്കാരിക വിമർശനത്തിന്റെ ശക്തമായ മുഖമായിരുന്നു. 1980 കളിലെ രാമശിലന്യാസിനും അദ്വാനിയുടെ രഥയാത്രയ്ക്കും ബാബറി മസ്ജിദിന്റെ തകർക്കലിനുമെതിരായി ശക്തമായ വിമർശനം ഉയർന്നതും *ലങ്കേഷ് പത്രിക*യിലായിരുന്നു. തുടർന്ന് കർണ്ണാടകത്തിനകത്തും പുറത്തും ഹിന്ദുത്വവാദികളുടെ പ്രവർത്തനത്തെ ലങ്കേഷ് പത്രിക ശക്തമായി വിമർശിച്ചു.

2000–ാമാണ്ടിൽ ലങ്കേഷിന്റെ മരണത്തിനുശേഷം മൂത്ത പുത്രിയായ ഗൗരി ലങ്കേഷ് പത്രികയുടെ പത്രാധിപത്യം ഏറ്റെടുത്തു. ഗൗരി ലങ്കേഷിന്റെ പത്രപ്രവർത്തനം കർണ്ണാടകയിൽ സംഘപരിവാറിനെതിരായി തുടർച്ചയായി ഉയർന്നുകൊണ്ടിരുന്ന ഏറ്റവും നിശതമായ ശബ്ദങ്ങളിലൊന്നായിരുന്നു. അതിനെ നിശ്ശബ്ദമാക്കാനുള്ള നീക്കമാണ് പിന്നീട് നടന്നത്.

ഗൗരി ലങ്കേഷിന്റെ വധത്തിനോടുള്ള പ്രതികരണങ്ങൾ ഏതാണ്ട് പ്രവചിക്കാവുന്നവയായിരുന്നു. ഇടതുപക്ഷകക്ഷികളും സാംസ്കാരിക ലോകവും ശക്തമായി പ്രതികരിച്ചു. വധത്തിന്റെ ഉത്തരവാദിത്വം ഏറ്റെടുക്കാൻ ബി ജെ പി വിസമ്മതിക്കുകയും ആഭ്യന്തരമന്ത്രി രാജ്നാഥ്സിങ് കർണ്ണാടക സർക്കാരിനോട് വിശദീകരണം ആവശ്യപ്പെടുകയും ചെയ്തു. കർണ്ണാടക ഭരിക്കുന്നത് കോൺഗ്രസ് ആയതുകൊണ്ടാണ് വിശദീകരണം ആവശ്യപ്പെട്ടതെന്ന് വ്യക്തം.

വധത്തിന്റെ ഉത്തരവാദിത്വത്തിൽനിന്ന് ബി ജെ പി ഒഴിയുന്നതിൽ അത്ഭുതപ്പെടാനില്ല. ധാബോൽക്കറിന്റെയോ പൻസാരെയുടെയോ വധത്തിന്റെ ഉത്തരവാദിത്വം ബി ജെ പി ഏറ്റെടുത്തിട്ടില്ല. ഇന്ത്യൻ പൗരസമൂഹത്തിൽ പടർന്നുപിടിക്കുന്ന നൂറുകണക്കിന് ഹിന്ദു സംഘടനകളുടെ രാഷ്ട്രീയമുഖം മാത്രമാണ് ബി ജെ പി. ആർ എസ് എസുകാരുടെ പ്രവർത്തനം സാങ്കേതികമായി പോലും ബി ജെ പി ഏറ്റെടുക്കേണ്ടതില്ല. അതിനുപുറമേയാണ് നിരവധി ഹിന്ദു മുന്നണികളും ശിവസേ

നയും ബജ്രംഗ്ദളും ഹനുമാൻസേനയും ശ്രീരാമസേനയും സനാതൻ സംസ്ഥയും മറ്റു നിരവധി സംഘടനകളും. ഇത്തരക്കാരെല്ലാം സ്വതന്ത്രമായി സംഘപരിവാറിന്റെ ഇംഗിതം നടപ്പിലാക്കും. അതിനായി വ്യത്യസ്ത സംസ്ഥാനങ്ങളിൽനിന്നുപോലും സേവകരെ സംഘടിപ്പിക്കും. ഗൗരി ലങ്കേഷിനെ കൊന്നവരിൽ ഒരാൾ ആന്ധ്രക്കാരനാണെന്ന് പൊലീസ് പറയുന്നുണ്ട്. ഒരുകാലത്ത് യൂറോപ്പിലും മറ്റും വ്യാപകമായിരുന്ന രഹസ്യ സംഘങ്ങളുടെ സ്വഭാവമാണ് ഇവർക്കുള്ളത്. അതുകൊണ്ട് രാഷ്ട്രീയ ഭീകരവാദത്തിന്റെ ഏറ്റവും ക്രൂരമായ മുഖം ഇവർക്കിപ്പോഴുണ്ട്.

ഇവിടെ മറ്റൊരു പ്രശ്നവും ഉത്ഭവിക്കുന്നുണ്ട്. മോദി സർക്കാർ അധികാരത്തിൽ വന്നതിനുശേഷമാണ് കൽബുർഗി കൊല്ലപ്പെട്ടത്. അന്നത്തെ അതേ മാതൃകയാണ് ഗൗരി ലങ്കേഷിന്റെ കൊലപാതകത്തിലുമുള്ളത്. ഈ രണ്ടു കൊലപാതകങ്ങളും നടന്നപ്പോൾ കർണ്ണാടകം ഭരിച്ചിരുന്നത് സിദ്ധരാമയ്യയുടെ കോൺഗ്രസ് സർക്കാരായിരുന്നു. മൂന്നു കൊലപാതകങ്ങളിലൂടെ അവരുടേതായ രീതി വെളിപ്പെടുത്തിയ കൊലപാതക സംഘത്തെ തളച്ചിടാനും ആവശ്യമായ സംരക്ഷണം പുരോഗമന പ്രവർത്തകർക്ക് നല്കാനും എന്തുകൊണ്ടാണ് സിദ്ധരാമയ്യ സർക്കാരിന് കഴിയാതിരുന്നത്? അവർ ബി ജെ പിയെ വിമർശിക്കുന്നതുപോലെ ചില സമയങ്ങളിൽ കോൺഗ്രസിനെയും വിമർശിക്കുമായിരുന്നു എന്നതുകൊണ്ടാണോ? കൽബുർഗിയുടെ കൊലപാതകത്തിനുശേഷം കെ എസ് ഭഗവാൻ, ഹുച്ചംഗി പ്രസാദ്, ചേതന തീർത്ഥഹള്ളി തുടങ്ങി പലർക്കെതിരെയും സംഘപരിവാറിന്റെ വധഭീഷണിയുണ്ടായിരുന്നു. അങ്ങനെ തുടർച്ചയായ ഭീഷണിയുയരുമ്പോൾ വേണ്ട സുരക്ഷാ നടപടികൾ എടുക്കാനും ഭീഷണിയുയർത്തുന്നവരെ കണ്ടെത്തി നിയമത്തിനുമുന്നിൽ കൊണ്ടുവരാനും കോൺഗ്രസ് സർക്കാർ പരാജയപ്പെട്ടു എന്നതാണ് വസ്തുത. പലവിധ ഹിന്ദു തീവ്രവാദി സംഘങ്ങൾ പ്രവർത്തിക്കുന്നതായി റിപ്പോർട്ടുള്ള കർണ്ണാടകയിൽ അവരെ കണ്ടെത്തി അമർച്ചചെയ്യാത്തതും അവടെയുള്ള സെക്കുലർ സാംസ്കാരിക പ്രവർത്തകർക്ക് ആവശ്യമായ പ്രവർത്തന സ്വാതന്ത്ര്യവും സുരക്ഷയും നല്കാതിരിക്കുന്നതും കോൺഗ്രസിന്റെ പ്രകടമായ വീഴ്ചയാണ്. രാഹുൽഗാന്ധിയുടെ ചില മുറവിളികൾകൊണ്ടുമാത്രം ഈ വീഴ്ചയെ മറികടക്കാൻ കഴിയില്ല.

ഗൗരി ലങ്കേഷിന്റെ കൊലപാതകം അർത്ഥശങ്കയ്ക്കിടയില്ലാതെ തെളിയിക്കുന്ന മറ്റൊരു വസ്തുതയുണ്ട്. ഇന്ത്യയെ വലയം ചെയ്തിരിക്കുന്ന ഏറ്റവും ശക്തവും സംഘടിതവുമായ ഭീകരവാദം ഹിന്ദു ഭീകരതയാണ്. ഇസ്ലാമിക ഭീകരവാദികളും ശക്തരാണ്. എന്നാൽ ഹിന്ദു തീവ്രവാദികൾക്ക് അവരുടെ അസ്തിത്വത്തെപ്പോലും തേച്ചുമായ്ച്ചു കളയാനും കോടതിയുടെ ദയാദാക്ഷിണ്യം നേടിയെടുക്കാനുമുള്ള അസാമാന്യമായ കഴിവുണ്ട്. മാലേഗാവ് കൂട്ടക്കൊലക്കേസിൽനിന്ന് പ്രഗ്യാസിങ് ഠാക്കൂറും അനുയായികളും കുറ്റവിമുക്തരായത് അങ്ങനെയാണ്. ഗുർമീത് രാം റഹിമിനെപ്പോലുള്ള സ്വാമിയെ ബലാത്സംഗക്കുറ്റത്തിന് ശിക്ഷിച്ചാൽ

ഉത്തരേന്ത്യയിലെ നഗരങ്ങൾ കത്തിയെരിയും. ആസാറാം ബാപ്പുവിനെ ശിക്ഷിച്ചാലും അതുപോലെതന്നെ. കേരളത്തിൽ കെ പി ശശികലയ്ക്ക് വിഷംചീറ്റുന്ന പ്രസംഗങ്ങൾ എത്രവേണമെങ്കിലും നടത്താം. എഴുത്തുകാരോട് മൃത്യുഞ്ജയഹോമം നടത്താൻ ആവശ്യപ്പെടാം. ഇവർക്കെല്ലാവർക്കും കേന്ദ്ര ഭരണകൂടത്തിന്റെ സംരക്ഷണവും കിട്ടും. അവർക്കെതിരെ പ്രതിരോധ ശബ്ദമുയർത്തുന്നവർ പെട്ടെന്ന് അപകടകാരികളും ദേശശത്രുക്കളുമായി മാറും. ഹിന്ദുത്വവാദികൾ നടത്തുന്ന അക്രമങ്ങളും കൊലപാതകങ്ങളും വാർത്തപോലുമാകില്ല. അവർക്കെതിരെ ഏതെങ്കിലും വിധത്തിലുള്ള പ്രതിരോധമുയർന്നാൽ, തിരിച്ചടിയുടെ പ്രതീതി ഉണ്ടായാൽ അത് അഖിലേന്ത്യാതലത്തിലും അതിനപ്പുറവും ചർച്ചയാകും. കേരളത്തിൽ ആർ എസ് എസുകാർ കൂട്ടക്കൊല ചെയ്യപ്പെടുന്നു എന്ന ശക്തമായ പ്രചാരണം ഇതിനുദാഹരണമാണ്.

ഇന്ത്യയിൽ അവശേഷിക്കുന്ന സെക്കുലർ ജനാധിപത്യത്തെ സംരക്ഷിക്കണമെങ്കിൽ ഹിന്ദുത്വവാദികളുടെ ആസൂത്രിതമായ കൊലപാതക രാഷ്ട്രീയത്തെ പ്രതിരോധിക്കണമെന്നത് ഇപ്പോൾ അനിവാര്യമായിരിക്കുകയാണ്. അതിന് ഹിന്ദുത്വ രാഷ്ട്രീയത്തെ പ്രതിരോധിക്കുന്ന ശക്തമായ സെക്കുലർ ജനാധിപത്യമുന്നണി ആവശ്യമാണ്. ഈ മുന്നണി ഉയർന്നുവരേണ്ടത് രാഷ്ട്രീയ പാർട്ടികളുടെ ഇടയിൽനിന്നു മാത്രമല്ല, പൗരസമൂഹത്തിൽനിന്നുകൂടിയാണ്. ഇന്നത്തെ പ്രതിപക്ഷകക്ഷികൾ ഒന്നിച്ചാൽമാത്രം ഒരു സെക്കുലർ ജനാധിപത്യമുന്നണിയാകില്ല. സംഘപരിവാർ രാഷ്ട്രീയത്തെ പ്രതിരോധിക്കുന്ന, അതേ സമയം കൃത്യമായ ജാതി മത നിരപേക്ഷ ജനാധിപത്യ താല്പര്യങ്ങൾക്കുവേണ്ടി പ്രവർത്തിക്കുന്ന നിരവധി സന്നദ്ധ പ്രവർത്തകരും സംഘടനകളും നമ്മുടെയിടയിലുമുണ്ട്. ധാബോൽക്കറും കൽബുർഗിയും ഗൗരി ലങ്കേഷും അത്തരത്തിൽപ്പെട്ടവരാണ്. അവർക്ക് രാഷ്ട്രീയപ്പാർട്ടികളെ സംബന്ധിച്ച് അഭിപ്രായഭിന്നതകളുണ്ടാകാം. അവയെല്ലാം മറികടന്നുള്ള ജനാധിപത്യ ഐക്യം ഇന്ന് അനിവാര്യമാണ്.

ഇത്തരം മതനിരപേക്ഷ ജനാധിപത്യ ഐക്യം തിരഞ്ഞെടുപ്പു രാഷ്ട്രീയത്തിൽ മാത്രം വളർന്നു വരേണ്ട ഐക്യമല്ല. അത്തരം ഐക്യങ്ങൾ സ്ഥായിയല്ലെന്നാണ് ബീഹാറിന്റെ അനുഭവം തെളിയിക്കുന്നത്. കേരളത്തിൽ യു ഡി എഫിനോടൊപ്പമുള്ള ജെ ഡി (യു) ഇപ്പോൾ ശരത് യാദവിനോടൊപ്പം ചേരാൻ തയ്യാറെടുക്കുകയാണ്. ഒരു സെക്കുലർ ജനാധിപത്യ ഐക്യം ഉണ്ടാവുകയാണെങ്കിൽ അവർ എവിടെയായിരിക്കുമെന്ന് വ്യക്തമല്ല. ഇതേതരത്തിലുള്ള നിരവധി പ്രതിപക്ഷ പാർട്ടികളുണ്ട്. ഏറ്റവും ശക്തമായ പാർട്ടിയായ കോൺഗ്രസ് പോലും തിരഞ്ഞെടുപ്പ് രാഷ്ട്രീയത്തിന്റെ പോരാട്ടരൂപങ്ങളെ മാറ്റി നിർത്തിയാൽ സംഘപരിവാർ രാഷ്ട്രീയത്തിനെതിരെ സംഘടിതമായ പോരാട്ടം നടത്തുന്നതിൽ താല്പര്യം കാണിച്ചിട്ടില്ല. വിവിധ സർവ്വകലാശാലകളിലെ വിദ്യാർത്ഥികൾ പ്രദർശിപ്പിച്ച സമരവീര്യംപോലും അവരിൽനിന്നുണ്ടായിട്ടില്ല. കേരള

ത്തിൽ ഇടതുപക്ഷത്തിനെതിരെ പോരാടുന്നതിൽ അവർ ബി ജെ പി യോടൊപ്പം ചേരുന്നതായാണ് അനുഭവം. കർണ്ണാടകയിലെ പ്രതിരോധ പ്രവർത്തകരോടുള്ള കോൺഗ്രസ് നിലപാടിന്റെ അവ്യക്തതയും സ്പഷ്ട മാണ്. മംഗലാപുരത്ത് കേരള മുഖ്യമന്ത്രി പിണറായി വിജയനെ തടയു മെന്ന ഭീഷണിക്കെതിരെ പ്രതിഷേധമുയർന്നതിൽ പിന്നെയാണ് കർണ്ണാ ടക സർക്കാർ സുരക്ഷാസന്നാഹങ്ങളൊരുക്കിയത്.

സംഘപരിവാർ രാഷ്ട്രീയം തിരഞ്ഞെടുപ്പു രാഷ്ട്രീയത്തിൽ മാത്രം ഒതുങ്ങിനില്ക്കുന്ന ഒന്നല്ലെന്നും പൗരസമൂഹത്തിൽ മുഴുവൻ വേരുകളു മുള്ള വിഷവൃക്ഷമാണതെന്നുമുള്ള തിരിച്ചറിവാവശ്യമാണ്. തിരഞ്ഞെടു പ്പിൽ ജയിച്ചതുകൊണ്ടുമാത്രം അതിനെ നേരിടാനാവില്ലെന്നതിന് സിദ്ധരാ മയ്യ സർക്കാരിന്റെ അനുഭവം തെളിവാണ്. ഇതെല്ലാം കാണിക്കുന്നത് സംഘപരിവാർ രാഷ്ട്രീയത്തിനെതിരെ ശബ്ദമുയർത്തുന്ന മത നിരപേക്ഷ ജനാധിപത്യവേദി പങ്കിടാനുള്ള കാഴ്ചപ്പാടും തയ്യാറെടുപ്പു മുള്ള സംഘടനകളുടെയും വ്യക്തികളുടെയും ഐക്യം പൗരസമൂ ഹത്തിൽ നിന്നുതന്നെ രൂപപ്പെട്ടുവരണമെന്നാണ്. ഇടതുപക്ഷ കക്ഷി കളും സോഷ്യലിസ്റ്റുകളും നിരവധി മതനിരപേക്ഷ ജനാധിപത്യ സംഘടനകളും ഈ പ്രതിരോധത്തിൽ മുൻപന്തിയിലുണ്ട്. അവർ വളർ ത്തികൊണ്ടുവരുന്ന ജനാധിപത്യ ഐക്യത്തിൽ പങ്കെടുക്കേണ്ടത് മറ്റു ജനാധിപത്യ രാഷ്ട്രീയ പാർട്ടികളുടെ കടമയാണ്. പ്രതിരോധ ശക്തി കളെന്ന നിലയിൽ അവരുടെ പങ്കും ആത്മാർത്ഥതയും കൃത്യമായി തെളി യിച്ചു മാത്രമാണ് അത് സാധിക്കുക. ഇനിയങ്ങോട്ട് മറ്റൊരു കൊലപാ തകം നടക്കാതിരിക്കണമെങ്കിൽ സംഘപരിവാറിനെതിരെയുള്ള പ്രതിരോ ധത്തിൽ ഓരോരുത്തരും എന്തുചെയ്തു എന്ന ആത്മ പരിശോധനകൂടി നടത്തേണ്ടിവരും. അതിന്റെ അടിസ്ഥാനത്തിൽ വളർന്നുവരുന്ന സംഘ ടിത പ്രസ്ഥാനങ്ങൾക്കാണ് സംഘപരിവാർ ആക്രമണങ്ങളെ പ്രതിരോ ധിക്കാൻ സാധിക്കുക. ഭീഷണികൾക്കുമുമ്പിൽ മുട്ടുമടക്കുകയും ഓടി യൊളിക്കുകയും ചെയ്യുന്നവർക്ക് പ്രതിരോധമുന്നണി തീർക്കാൻ സാധി ക്കുകയില്ല.

# ഗൗരി ലങ്കേഷ്:
# അപൂർവ്വത നിറഞ്ഞ ജീവിതം മരണവും

എൻ പി രാജേന്ദ്രൻ

**ഗൗ**രി ലങ്കേഷ് അപൂർവ്വമായ ഒരു മാധ്യമപ്രതിഭാസമായിരുന്നു എന്നു തോന്നിപ്പോകുന്നു. സ്വന്തം പേരു ചേർത്താണ് അവരുടെ ടാബ്ലോയ്ഡ് പ്രസിദ്ധപ്പെടുത്തിയിരുന്നത് എന്നത് ഒരപൂർവ്വത. ഗൗരി ലങ്കേഷ് പത്രിക എന്ന പേര് പ്രഗത്ഭനായ അച്ഛന്റെ *ലങ്കേഷ് പത്രിക* എന്ന പേരിന്റെ തുടർച്ചയായിരുന്നു എന്നതുകൊണ്ട് അതു മനസ്സിലാക്കാം. ലോഹ്യാസോഷ്യലിസ്റ്റും കവിയുമായിരുന്ന, യാഥാർത്ഥ്യങ്ങളുടെയും ഭാവനയുടെയും ലോകത്ത് സ്വപ്നസഞ്ചാരങ്ങൾ നടത്തിപ്പോന്ന ലങ്കേഷിന്റെ കാലവും മൂല്യവുമല്ലല്ലോ മകൾ ഗൗരിയുടെ കാലവും ഈ കാലത്തിന്റെ മൂല്യവും. *ലങ്കേഷ് പത്രിക* എന്ന പത്രം പരസ്യങ്ങളില്ലാതെയാണ് 1981 മുതൽ ലങ്കേഷിന്റെ മരണംവരെ പ്രസിദ്ധപ്പെടുത്തിയിരുന്നത്. വായനക്കാരുടെ പിന്തുണ മാത്രം മതിയെന്ന വിഫല സാഹസികതകളിൽ ആവേശംകൊണ്ടവർ എഴുപതുകളിലും എൺപതുകളിലും വേറെയും കണ്ടേക്കാം. പക്ഷേ, ധനാധിപത്യത്തിന്റെ പുതിയ യുഗത്തിലും അത്തരമൊരു പരസ്യരഹിതമാധ്യമം നടത്താനുള്ള ധൈര്യം മറ്റാർക്കും ഉണ്ടായിക്കാണില്ല, ഗൗരിക്കല്ലാതെ.

ജീവിതത്തേക്കാൾ അപൂർവ്വത നിറഞ്ഞതാണ് അവരുടെ മരണവും. ചരിത്രത്തിന്റെ ഏടുകൾ തിരഞ്ഞാൽ എത്ര വനിതാ രക്തസാക്ഷികളെ കണ്ടെത്താൻ പറ്റും? ആദ്യകാല ക്രൈസ്തവ ചരിത്രത്തിലും മറ്റും പല പേരുകൾ കണ്ടേക്കും. ഈ കാലത്ത് അങ്ങനെ അധികം പേരില്ല. നാലു പതിറ്റാണ്ടായി രാഷ്ട്രീയക്കൊലകൾ തുടരുന്ന വടക്കൻ കേരളത്തിന്റെ നിഷ്ഠുരമായ കൊലക്കളങ്ങളിൽപ്പോലും ഇതുവരെ ഒരു വനിത വധിക്കപ്പെട്ടിട്ടില്ല. മാവോയിസ്റ്റ് ഭീകരർ തോക്കിൻകുഴലിലൂടെ ഭരണം നടത്തുന്ന കിഴക്കൻ ഭാരതത്തിലും അങ്ങനെ സംഭവിച്ചിട്ടില്ല. വേറെ എവിടെ? റഷ്യക്കാരി അന്ന പൊളിറ്റ്കോവ്സ്കായ മറന്നിട്ടില്ല, ആർക്കും മറക്കാ

നുമാവില്ല. റഷ്യയിൽ പ്രസിഡന്റ് വ്ളാഡ്മിർ പുടിന്റെ ഏകാധിപത്യ വാഴ്ചക്കെതിരെ നടന്ന മനുഷ്യാവകാശ പോരാട്ടത്തിലാണ് അവർ ജീവൻ ബലി നല്കിയത്. ചെച്നിയക്കെതിരെ റഷ്യ നടത്തിയ യുദ്ധം റിപ്പോർട്ടു ചെയ്യാൻ അന്ന ആറു വർഷം യുദ്ധരംഗത്തുതന്നെ നിലയുറപ്പിച്ചു. അവരെ അതിൽനിന്നു പിന്തിരിപ്പിക്കാൻ വധശ്രമം പോലും നടന്നു. ലോകം ഇത്രയേറെ ശ്രദ്ധിച്ച, ഇത്രയേറെ ധീരത പ്രകടിപ്പിച്ച മറ്റൊരു വനിതാറിപ്പോർട്ടറില്ല. അവസാനം അതു സംഭവിച്ചു. 2006 ഒക്ടോബർ ഏഴിന് ഒരു സംഘമാളുകൾ അവരെ ഫ്ളാറ്റിൽ കയറിച്ചെന്ന് കൊലപ്പെടുത്തി. അഞ്ചുപേരെ കോടതി ശിക്ഷിച്ചു. എല്ലാവർക്കുമറിയാം, അവരെല്ലാം കൂലിക്കൊലയാളികളായിരുന്നു എന്ന്. ഇന്നും അറിയില്ല ആരാണ് അന്നയെ കൊല്ലാനുള്ള തീരുമാനമെടുത്തത് എന്ന്.

ഗൗരിയെ മാത്രമല്ല, കൽബുർഗിയെ, പൻസാരെയെ, ധബോൽക്കറെ.... കൊല്ലാൻ തീരുമാനിച്ചതാരായിരുന്നു എന്നു നമ്മളും ഒരിക്കലും അറിഞ്ഞില്ല എന്നുവരാം. ഒരു കുറ്റവാളിക്കും രക്ഷപ്പെടാൻ പറ്റാത്ത അത്യന്തം നൂതനമായ ടെക്നോളജി ലഭ്യമായ ഇക്കാലത്തും കൊലയാളിയെ മാത്രമേ കണ്ടെത്താനാവൂ, അതിനു ചരടുവലിച്ചവരെ കണ്ടെത്തുക പ്രയാസമാണ്. അവർ ശക്തരല്ലെങ്കിലും അവരെ നിയോഗിച്ചവർ ശക്തരായിരിക്കും. ഗാന്ധിജിയെ കൊന്നതാര് എന്ന ചോദ്യം ഇന്നും തർക്കവിഷയമാക്കാൻ കഴിയുന്ന ശക്തികൾക്ക് ഗൗരി ലങ്കേഷ് തീർത്തും നിസ്സാര തന്നെയാണ്. കൊലയാളികളും അവരുടെ പിന്നിലുള്ളവരും ഇതെല്ലാം വെറും വാർത്തകൾ മാത്രമായി കാണുന്ന സാധാരണക്കാരും എല്ലാം അതു മറക്കും. ഭീതിയോടെ ഓർത്തുകൊണ്ടിരിക്കുക ഗൗരിയുടെ ആദർശവും കാഴ്ചപ്പാടും പങ്കിട്ടവർ മാത്രം. കൊലയാളികൾ ആഗ്രഹിച്ചതും അതുതന്നെ.

മതനിരപേക്ഷ സോഷ്യലിസ്റ്റ് പ്രസ്ഥാനത്തിനു വേരുകൾ അവശേഷിക്കുന്ന അപൂർവ്വം പ്രദേശങ്ങളിലൊന്നാണ് കർണ്ണാടക. കലയുടെയും ചലച്ചിത്രത്തിന്റെയും മേഖലകളിൽ കേരളത്തിനുപോലും പ്രചോദനമായിരുന്നു എഴുപതുകളിലെ കർണ്ണാടകം. അടിയന്തരാവസ്ഥയിൽ അറസ്റ്റ് ചെയ്യപ്പെട്ട ചലച്ചിത്രനടികൂടിയായ സോഷ്യലിസ്റ്റ് പ്രവർത്തക സ്നേഹലതാറെഡ്ഡിയെയും പുറത്തു നിന്ന് പ്രതിഷേധങ്ങൾക്കു നേതൃത്വം നല്കിയ മകൾ നന്ദനാറെഡ്ഡിയെയും ആ തലമുറ ഓർക്കുന്നുണ്ട്. പട്ടാഭിരാമറെഡ്ഡി, ബി വി കാരന്ത്, ഗിരീഷ് കാസറവള്ളി, യു ആർ അനന്തമൂർത്തി, സ്നേഹലതാറെഡ്ഡി, പി ലങ്കേഷ് തുടങ്ങിയ നിരവധി പ്രതിഭാശാലികളുടെ പരമ്പരയിലെ അവസാനത്തെ കണ്ണിയായിരുന്നു ഗൗരി ലങ്കേഷ്. *ചോമനദുഡി*യും *സംസ്കാര*യും *ഘടശ്രാദ്ധ*യും *വംശവൃക്ഷ*യും പോലുള്ള കലാമൂല്യമുള്ള കർണ്ണാടക സിനിമകൾ കേരളത്തിലെ ഫിലിം സൊസൈറ്റികളിൽ പ്രേക്ഷകർക്കു പ്രിയങ്കരമായിരുന്നു. ആ പ്രസ്ഥാനം എങ്ങനെ നാലാംകിട കച്ചവടസിനിമകൾക്കു വഴിമാറിക്കൊടുത്തുവോ അതുപോലെ കർണ്ണാടകരാഷ്ട്രീയം അഴിമതിക്കാർക്കും വർഗ്ഗീയവാദി

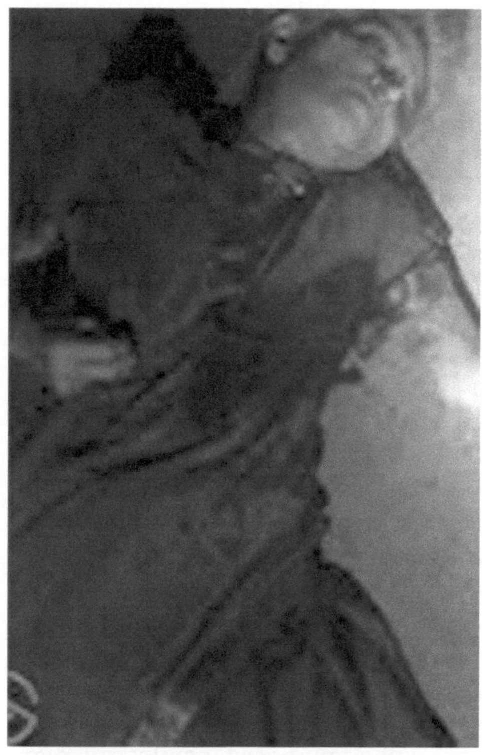

*ഗൗരിലങ്കേഷ് വെടിയേറ്റ് മരിച്ചുകിടക്കുന്നു*

കൾക്കും കോർപ്പറേറ്റ് അധിപന്മാർക്കും ബാങ്ക് വെട്ടിപ്പുകാർക്കും വഴിമാറിക്കൊടുത്തിരിക്കുന്നു എന്നു നിരീക്ഷകർ വിലയിരുത്തുന്നുണ്ട്.

പാവപ്പെട്ടവരുടെയും ദളിതുകളുടെയും ന്യൂനപക്ഷങ്ങളുടെയും സ്ത്രീകളുടെയും പ്രശ്നങ്ങളെക്കുറിച്ചാണ് നിരന്തരം എഴുതിക്കൊണ്ടിരുന്നതെങ്കിലും, പത്രപ്രവർത്തകർക്കെതിരെയുള്ള കർണ്ണാടക ഭരണകൂടത്തിന്റെ അസഹിഷ്ണുത നിറഞ്ഞ നീക്കങ്ങൾ തുറന്നുകാട്ടാൻ ഗൗരി ലങ്കേഷ് ഒരിക്കലും മടിച്ചിട്ടില്ല. നിയമസഭാംഗങ്ങൾക്ക് അപകീർത്തിയുണ്ടാക്കിയെന്ന കുറ്റം ആരോപിച്ച് രണ്ട് പത്രാധിപന്മാരെ ഓരോ വർഷം തടവിനും പതിനായിരം രൂപ പിഴയടയ്ക്കാനും നിയമസഭ ശിക്ഷിച്ചതിനെക്കുറിച്ച് ഗൗരി എഴുതിയ ലേഖനം ഭരണകൂടത്തിന്റെ ഇരട്ടത്താപ്പ് വെളിവാക്കുന്നതായിരുന്നു. (2017 ജൂണിൽ ഗൗരി എഴുതിയ ലേഖനം അവരുടെ മരണാനന്തരം thewire.in പുനഃപ്രസിദ്ധീകരിച്ചിരുന്നു). അപകീർത്തിനിയമപ്രകാരം കോടതി പരിഗണിക്കേണ്ട കേസ് ആണ് നിയമസഭ സ്വയം ഏറ്റെടുത്ത് നിയമസഭയുടെ അവകാശലംഘനമാക്കി മാറ്റി ശിക്ഷ വിധിച്ചത്. ഒടുവിൽ വൻസമ്മർദ്ദം ഉയർന്നപ്പോൾ മാത്രമാണ് അവർ അതിൽനിന്നു പിന്തിരിഞ്ഞത്. മാധ്യമങ്ങളിൽ എഴുതുന്നതിന്റെ ശരിതെറ്റുകൾ തീരുമാനിക്കാൻ നിയമസഭാംഗങ്ങൾക്ക് ഒരവകാശവുമില്ലെന്നും ജനപ്രതിനിധികൾക്കുള്ള എല്ലാ പ്രത്യേകാവകാശങ്ങളും എടുത്തുകളയണമെന്നും ഗൗരി എഴുതി.

1980 നു ശേഷം ഭരണം നടത്തിയ മുഖ്യമന്ത്രിമാർ ഓരോരുത്തരും സ്വതന്ത്ര പത്രപ്രവർത്തനത്തിനു നേരെ ഉയർത്തിയ വെല്ലുവിളികൾ ഗൗരി ലങ്കേഷ് തുറന്നുകാട്ടിയിട്ടുണ്ട്. പൊതുതാല്പര്യം ധീരമായി ഉയർത്തിപ്പിടിച്ച ഈ പത്രപ്രവർത്തക ആരുടെയും നല്ല പിള്ളയാകാൻ ഒരി

ക്കലും ശ്രമിച്ചിട്ടില്ല. കോൺഗ്രസിന്റെയും ജനത പാർട്ടിയുടെയും എല്ലാം തെറ്റുകൾക്കെതിരായ വിമർശനം ആസ്വദിച്ചവർക്ക് വിമർശനം തങ്ങൾക്കെതിരെയായപ്പോൾ അതു സഹിക്കാനായില്ല എന്നുമാത്രം. രാഷ്ട്രീയ പാർട്ടികൾക്കെതിരെ മാത്രമല്ല, പുതിയ കാലത്ത് മാധ്യമങ്ങൾ സ്വീകരിച്ചുവരുന്ന അധികാരിപ്രീണന-വർഗ്ഗീയനിലപാടുകളെയും ഗൗരി ലങ്കേഷ് കർക്കശമായി വിമർശിച്ചിട്ടുണ്ട്.

ഗൗരിയുടെ പിതാവ് പി ലങ്കേഷ് കോളേജ് അദ്ധ്യാപനം അവസാനിപ്പിച്ച് സാംസ്കാരിക രംഗത്തേക്ക് ഇറങ്ങുന്നത് സംസ്ഥാനത്തെ ഗ്രാമങ്ങളിലൂടെ നീണ്ട യാത്രകൾ നടത്തി ജനജീവിതം തൊട്ടറിഞ്ഞ ശേഷമാണ്. പാവങ്ങൾക്ക് നീതിയെത്തിക്കാൻ അദ്ദേഹം ഒരു സോഷ്യലിസ്റ്റ് പാർട്ടി രൂപവല്ക്കരിക്കുകയും ചെയ്തിരുന്നു. കച്ചവടതാല്പര്യങ്ങളിൽ നിന്ന് അകന്നു നില്ക്കാൻ വേണ്ടിയാണ് പരസ്യം സ്വീകരിക്കാത്ത പത്രം തുടങ്ങിയത്. പത്രം ജയപ്രിയമായിത്തന്നെ നടത്തിക്കൊണ്ടുപോകാൻ അദ്ദേഹത്തിനു കഴിഞ്ഞു. ചില ഘട്ടങ്ങളിൽ നാലര ലക്ഷം കോപ്പികൾവരെ സർക്കുലേഷൻ ഉണ്ടായിരുന്നതായി ചിലരെല്ലാം ഓർക്കുന്നു. ഇൻവെസ്റ്റിഗേറ്റീവ് ജേർണലിസമായിരുന്നു അതിന്റെ ശക്തി. *ലങ്കേഷ് പത്രിക*യുടെ അനുകരണംപോലെ ഒരു ഡസനോളം പത്രങ്ങൾ ഉണ്ടായി എന്നതുതന്നെയാണ് ലങ്കേഷിന്റെ വിജയത്തിനു തെളിവ്. മകൾ ഗൗരി പിതാവിന്റെ മരണശേഷമേ ആ വഴിയിലെത്തിയുള്ളൂ. പക്ഷേ, അപ്പോഴേക്കും കാലം മോശമായിക്കഴിഞ്ഞിരുന്നു. കൂടുതൽ ആക്രമണോത്സുകമായി അവരുടെ വാക്കുകളും ജീവിതംതന്നെയും. സംസ്ഥാനത്തെ ഏറ്റവും ശ്രദ്ധിക്കപ്പെട്ട പത്രപ്രവർത്തകയായെങ്കിലും മുൻകാലത്തൊരിക്കലും കർണ്ണാടകത്തിലെ ഉല്പതിഷ്ണുക്കൾക്ക് നേരിടേണ്ടി വന്നിട്ടില്ലാത്ത അത്ര നീചവും നിഷ്ഠുരവുമായ എതിർശക്തികളെയാണ് ഒറ്റപ്പെട്ട്, ഏകയായി ജീവിച്ച, മെലിഞ്ഞുണങ്ങിയ ആ സ്ത്രീക്കു നേരിടേണ്ടി വന്നിരുന്നത്.

അവരെ ആരു കൊന്നു എന്നു നമ്മളൊരിക്കലും അറിയാതെ പോയേക്കാം. അതുകൊണ്ടൊന്നും ചരിത്രത്തിന്റെ കണ്ണിൽ ആർക്കും നിരപരാധി ചമഞ്ഞു ജീവിക്കാൻ കഴിയില്ല. തെളിവുകൾക്കും കോടതി വിധികൾക്കും നല്കാൻ കഴിയുന്നതിനേക്കാൾ അർത്ഥപൂർണ്ണമായ ചിത്രമാണ് കൊലപാതകത്തിൽ ആഹ്ലാദപ്രകടനം നടത്തുന്നവർ നല്കുന്ന ചിത്രം. അതാരും മറക്കില്ല. ഗാന്ധിജിയെ വധിച്ച വാർത്തയറിഞ്ഞ് മധുരം വിതരണം ചെയ്തവരേക്കാൾ നീചനൊന്നുമല്ല നാഥുറാം ഗോഡ്സെ പോലും എന്ന് ഇപ്പോൾ പ്രത്യേകിച്ചും ഓർത്തുപോകുന്നു.

ഇന്ത്യയെ ഇന്ത്യയല്ലാതാക്കാൻ വെമ്പുന്ന ശക്തികളെ ആശയങ്ങൾ കൊണ്ടെതിരിടുകയേ ഗൗരി ചെയ്തിട്ടുള്ളൂ. ഗൗരിയും പൻസാരെയും ധബോൽക്കറും കൽബുർഗിയും ആർക്കു നേരെയും ബോംബെറിഞ്ഞിട്ടില്ല. യുക്തിവാദമോ നാസ്തികതയോ ഏതെങ്കിലും മതത്തിന്റെ തരിമ്പു പോലും ഭീഷണിയാകുംവിധം ശക്തിപ്പെട്ടിട്ടുമില്ല. പിന്നെ എന്തിനാണ്

ഈ പരിഭ്രാന്തി? ലോകത്ത് എത്ര പത്രപ്രവർത്തകർ കൊല്ലപ്പെടുന്നു, ഗൗരി മരിച്ചപ്പോൾ മാത്രമെന്താണ് മതേതരവാദികൾക്ക് ഇത്ര ശൗര്യം എന്ന ചോദ്യം ചില കേന്ദ്രങ്ങളിൽനിന്നുയരുന്നുണ്ട്. ഗൗരിയെപ്പോലെ, വധശിക്ഷ വിധിക്കപ്പെട്ട വിവരം നേരത്തെ അറിഞ്ഞവർ അധികമില്ല. വധഭീഷണി അവർക്കെതിരെ നിത്യമെന്നോണം ഉയരുന്നുണ്ടായിരുന്നു. പലവട്ടം പൊലീസിൽ പരാതിപ്പെട്ടിട്ടുമുണ്ട്. തീർച്ചയായും യുദ്ധം റിപ്പോർട്ട് ചെയ്യുന്നതിനിടയിലും അധോലോകസംഘങ്ങളെ തുറന്നു കാട്ടിയതിന്റെ പേരിലും തികച്ചും അപ്രതീക്ഷിതമായി പൊട്ടിപ്പുറപ്പെടുന്ന അക്രമങ്ങൾക്കിടയിലും ജീവൻ നഷ്ടപ്പെട്ട മരിച്ച പത്രപ്രവർത്തകർ പലരുമുണ്ട്. വിശ്വാസപ്രമാണങ്ങളെ മുറുകെപ്പിടിച്ചു എന്ന ഒരേയൊരു കുറ്റത്തിന് വധിക്കപ്പെട്ടവർ അപൂർവ്വം...അതിൽ വനിതകൾ അത്യപൂർവ്വം. ഗൗരി ലങ്കേഷ് ആ അത്യപൂർവ്വതയുടെ പേരിലാണ് ചരിത്രത്തിൽ അനശ്വരയാകുക.

ഇന്ത്യയിൽ വേറെയും പത്രപ്രവർത്തകർ അവരുടെ തൊഴിലിന്റെ പേരിൽ മാത്രം കൊലചെയ്യപ്പെട്ടിട്ടുണ്ട്. 1992 നുശേഷം 2015 വരെ 27 പത്രപ്രവർത്തകർ ഇന്ത്യയിൽ വധിക്കപ്പെട്ടിട്ടുണ്ട്. എന്തുകൊണ്ട് അവരുടെയൊന്നും മരണം ഇന്ത്യയിലാകെ ശ്രദ്ധിക്കപ്പെട്ടില്ല എന്ന ചോദ്യത്തിന് പ്രശസ്ത പത്രപ്രവർത്തകൻ പി സായ്നാഥ് എഴുതിയ ലേഖനത്തിലെ വസ്തുതകൾ വിരൽചൂണ്ടുന്നുണ്ട്. അവരെല്ലാം വിദൂര കൊച്ചുപട്ടണങ്ങളിലെ ഭാഷാപത്രങ്ങളിൽ പ്രവർത്തിച്ചിരുന്ന പാവപ്പെട്ട ലേഖകരായിരുന്നു. ഗ്രാമങ്ങളിലെ ആയിരക്കണക്കിന് പട്ടിണി മരണങ്ങൾ പോലും നഗരപത്രങ്ങൾ ശ്രദ്ധിക്കാറില്ലല്ലോ. ഗൗരി ലങ്കേഷ് ശ്രദ്ധിക്കപ്പെട്ടത് അവരുടെ വധം സംഘപരിവാറിനെ അടിക്കാനുള്ള വടിയാക്കാം എന്നതു കൊണ്ടല്ല, ഗൗരി ലങ്കേഷ് നാല്പത് വർഷത്തിനിടയിൽ കൊല ചെയ്യപ്പെട്ട നഗരത്തിൽ ജീവിക്കുന്ന, സംസ്ഥാനത്തിന് അകത്തും പുറത്തും അറിയപ്പെടുന്ന ആദ്യത്തെ പത്രപ്രവർത്തക ആയിരുന്നതു കൊണ്ടുതന്നെയാണ്.

ഇന്ത്യയിൽ കുറച്ചുവർഷങ്ങളായി മതപരവും രാഷ്ട്രീയവുമായ അസഹിഷ്ണുത വർദ്ധിച്ചുവരുന്നു എന്നു പറഞ്ഞവരെ പരിഹസിക്കുകയായിരുന്നു ചിലരെല്ലാം. നരേന്ദ്രമോദി പ്രധാനമന്ത്രിയായതിനുശേഷം മാത്രമാണ് ഇങ്ങനെ സംഭവിക്കുന്നത് എന്ന വാദം പോലും ഭാഗികസത്യം മാത്രമാണ്. അസഹിഷ്ണുത ഉച്ചാവസ്ഥയിയിലേക്കു കടക്കുന്നത് പല ഘട്ടങ്ങൾ പിന്നിട്ടിട്ടാവും. ഇത് എല്ലാവരിലും ഒരേ സമയം ഒരേ തോതിൽ ഉണ്ടാകുന്ന പകർച്ചവ്യാധിയുമല്ല. ചിന്തകനും ചരിത്രകാരനുമായ രാമചന്ദ്രഗുഹ അഞ്ചുവർഷം മുമ്പ് എഴുതിയ ലേഖനത്തിൽ (*പാട്രിയോട്ട്സ് ആന്റ് പാർട്ടിസാൻസ്* എന്ന ഗ്രന്ഥത്തിലെ 'ഹിന്ദുത്വ ഹെയ്റ്റ് മെയിൽ' എന്ന ലേഖനം) അസഹിഷ്ണുതാ പ്രതിഭാസത്തെക്കുറിച്ചുള്ള തന്റെ അനുഭവങ്ങൾ വിവരിക്കുന്നുണ്ട്. താൻ എഴുതുന്ന ലേഖനങ്ങളിൽ പത്തു ശതമാനം പോലും വരില്ല ഹിന്ദുത്വരാഷ്ട്രീയത്തെക്കുറി

ച്ചുള്ള വിമർശനങ്ങൾ. പക്ഷേ, തനിക്കു ലഭിക്കുന്ന അധിക്ഷേപമെയിലുകൾ ഏതാണ്ടെല്ലാം ഈ ലേഖനങ്ങളെക്കുറിച്ചുള്ളതാണ് എന്ന് അദ്ദേഹം പറയുന്നു. ശരിയാണ്, ഇന്ന് ഓൺലൈൻ മാധ്യമങ്ങളിലെ ലേഖനങ്ങൾക്കടിയിലെ കമന്റുകൾ വായിക്കുന്നവർക്ക് ഇതു ബോദ്ധ്യപ്പെടും. കേന്ദ്രസർക്കാറിന്റെയും ഭരണകക്ഷിയുടെയും കടുത്ത വിമർശകരെ പാകിസ്ഥാൻ അനുകൂലിയായും രാജ്യദ്രോഹിയായും മുസ്ലിം തീവ്രവാദികളുടെ പണം പറ്റുന്നവരായും മുദ്ര കുത്താൻ അധികം താമസമില്ല. പി ലങ്കേഷും പഴയ കാല സോഷ്യലിസ്റ്റുകളും ഏറ്റവും കൂടുതൽ വിമർശിച്ചിട്ടുള്ളത് പണ്ഡിറ്റ് നെഹ്റുവിനെയും മറ്റു കോൺഗ്രസ് നേതാക്കളെയുമായിരുന്നു. പക്ഷേ, ഇന്നത്തെപ്പോലെ വിമർശകർ തെരുവിൽ പിന്തുടരപ്പെടുകയും എഴുതിയത് മാറ്റാൻ നിർബ്ബന്ധിക്കപ്പെടുകയും ചെയ്യുന്ന കാലം ഉണ്ടായിട്ടില്ല എന്നു പറയാൻ ചിലരെങ്കിലും തയ്യാറാകുന്നുണ്ട്.

ഇത് ഇന്ത്യൻ ഭരണത്തിന്റെ വിമർശകർ മാത്രം അഭിമുഖീകരിക്കുന്ന പ്രശ്നമല്ല എന്നതാണ് കൗതുകകരം. ഗൗരി ലങ്കേഷ് വധത്തെക്കുറിച്ച് പ്രമുഖ പാകിസ്ഥാൻ പത്രപ്രവർത്തകൻ ഹമീദ് മിർ ഇന്ത്യൻ എക്സ്പ്രസിലെഴുതിയ ലേഖനത്തിൽ സ്വന്തം അനുഭവം വിവരിക്കുന്നുണ്ട്. ഇന്ത്യാ-പാകിസ്ഥാൻ തർക്കങ്ങളെക്കുറിച്ചും പാകിസ്ഥാനിലെ തീവ്രവാദ പ്രവർത്തനങ്ങളെക്കുറിച്ചും നിരന്തരം ശബ്ദമുയർത്തിപ്പോന്ന അദ്ദേഹം വധശ്രമത്തിൽനിന്ന് അത്ഭുതകരമായാണ് രക്ഷപ്പെട്ടത്. “മൂന്നു വെടിയുണ്ടകൾ ഗൗരി ലങ്കേഷിന്റെ ജീവനെടുത്തു. എന്റെ ദേഹത്ത് ഏഴു വെടിയുണ്ടകൾ തറച്ചുകയറി...എന്നിട്ടും ഞാൻ ജീവിക്കുന്നു” ഹമീദ് മിർ എഴുതി. കോടതിയിൽ തന്നെ കൊല്ലാൻ ശ്രമിച്ചവർക്കെതിരെ ധീരമായി തെളിവുകൾ നിരത്തിയെങ്കിലും നവാസ് ഷെരീഫിന്റെ ഭരണകൂടം ഹമീദ് മിറിനും അദ്ദേഹത്തിന്റെ ചാനലിനുമെതിരെ രാജ്യദ്രോഹക്കുറ്റമാണ് ചുമത്തിയത്!

അടിയന്തരാവസ്ഥക്കാലത്ത് കുനിയാൻ പറഞ്ഞപ്പോൾ ഇഴഞ്ഞ പത്രപ്രവർത്തകരെക്കുറിച്ച് എൽ കെ അദ്വാനി പറഞ്ഞത് മറക്കില്ലാരും. ഇന്നത്തെ സ്ഥിതി അതിലേറെ ഭയജനകമാണ്. സംഘപരിവാറിനെ ന്യായീകരിക്കാനും അവരുടെ താല്പര്യങ്ങൾ ഉയർത്തിപ്പിടിക്കാനും നിയോഗിക്കപ്പെട്ടവർ നിരവധി മാധ്യമസ്ഥാപനങ്ങളുടെ ന്യൂസ് റൂമുകളിൽ ദിവസവും കണ്ഠക്ഷോഭം നടത്തുകയാണ്. ഒരു സീനിയർ പത്രപ്രവർത്തകയെ വെടിവെച്ചുകൊന്നു എന്ന വാർത്ത അവരിൽ തെല്ലു നടുക്കം പോലും ഉണ്ടാക്കിയില്ല. അവർ അതിൽ സംഘപരിവാറിന് ക്ഷീണം പറ്റില്ല എന്നുറപ്പ് വരുത്താൻ എതിർശബ്ദങ്ങളെ കഴുത്തുഞെരിച്ചെന്നോണം ഇല്ലാതാക്കുകയായിരുന്നു. കുനിയാൻ പറഞ്ഞപ്പോൾ ഇഴഞ്ഞവരുടെ കാലം എന്തു നല്ല കാലമായിരുന്നു! അന്നത്തെ സംഘപരിവാർ പ്രസിദ്ധീകരണങ്ങൾ പൊലീസ് അടപ്പിച്ചതിന് എതിരെ ശബ്ദമുയർത്താൻ അടിയന്തരാവസ്ഥയെ അനുകൂലിച്ച ‘ഇഴയുന്ന’ പത്രാധിപന്മാരും കമ്യൂണിസ്റ്റുകാരുമെല്ലാം ഒരേ ശബ്ദത്തിൽ രംഗത്തുവന്നിരുന്നു

എന്നത് കേരളത്തിലെ മാത്രമല്ല രാജ്യത്തെങ്ങുമുള്ള അനുഭവമായിരുന്നു.

ഭ്രാന്തമായ മതാന്ധത ബാധിച്ചവരെ ജനാധിപത്യത്തെക്കുറിച്ചും മനുഷ്യാവകാശത്തെപ്പറ്റിയും അഭിപ്രായസ്വാതന്ത്ര്യത്തെക്കുറിച്ചും പഠിപ്പിക്കാനാവില്ല. മതനിരപേക്ഷതയും യുക്തിചിന്തയും ഉയർത്തിപ്പിടിച്ച എത്ര സ്വതന്ത്രചിന്തകരായ ചെറുപ്പക്കാരാണ് ഇന്ത്യയിലും പുറത്തും മുസ്ലിം ഭീകരവാദികളാൽ വധിക്കപ്പെടുന്നത്. തൊട്ടയൽ സംസ്ഥാനമായ കോയമ്പത്തൂരിൽ ഇങ്ങനെ സംഭവിച്ചപ്പോൾ അർഹിക്കുന്ന വാർത്താ പ്രാധാന്യംപോലും അതിനു ലഭിച്ചില്ല. മതാധിഷ്ഠിത വലതുപക്ഷങ്ങളുടേത് അവഗണിക്കാവുന്ന പ്രത്യയശാസ്ത്രമായിരുന്ന കാലം എന്നോ പിന്നിട്ടിരിക്കുന്നു. ഇന്നതൊരു ഭീകരപ്രവർത്തനമായി മാറിയിരിക്കുന്നു. ഓരോന്നും മറ്റതിന്റെ പ്രതിവിധിയെന്നോണമാണ് തഴച്ചുവളരുന്നത്. രാത്രി വാതിലിൽ മുട്ടുകേട്ടാൽ ഞെട്ടുമായിരുന്നു എന്ന് അടിയന്തരാവസ്ഥയുടെ എതിർപക്ഷത്തു നിന്ന നേതാക്കൾ ഓർക്കാറുണ്ട്. അറസ്റ്റ് ചെയ്യാൻ പൊലീസ് എത്തിയോ എന്നായിരുന്നു ഭയം. സ്വതന്ത്രചിന്തയും യുക്തിബോധവും മതനിരപേക്ഷതയും ഉയർത്തിപ്പിടിക്കുന്നവർ രാത്രിയിലെ വാതിൽമുട്ടലിനെ ഭയപ്പെടേണ്ട കാലമാവുകയാണോ? കൊലയാളിസംഘങ്ങളുടെ തോക്കുകൾ എവിടെയും അലറിയെത്തുന്ന കാലം...

# ഗൗരി ലങ്കേഷ് വധം: ഒരു പുനർവായന

കെ ആർ അജയൻ

"കുറ്റകൃത്യങ്ങൾക്ക് നടുവിൽ ജീവിക്കുമ്പോൾ ഒരു ചെകുത്താനായതിന്റെ സുഖം മറന്നുപോകുന്നു"വെന്നെഴുതിയത് ഴാക് ഷെനെയാണ്. ഫ്രഞ്ച് കവിയും നോവലിസ്റ്റും സാമൂഹ്യ പ്രവർത്തകനുമായിരുന്ന ഷെനെ (Jean Genet) ആത്മകഥാ സമാനമായ *തീഫ്സ് ജേർണലി*ലാണ് കഴിഞ്ഞ നൂറ്റാണ്ടിൽ ഇങ്ങനെ കുറിച്ചിട്ടത്. "പോരാട്ടങ്ങൾ നടക്കട്ടെ, നമുക്ക് രക്തസാക്ഷികളാകാം'' എന്ന ഷെനെയുടെ വാക്കുകൾ ഏറെ ശ്രദ്ധേയമായത് മാസങ്ങൾക്ക് മുമ്പാണ് എന്ന് തോന്നുന്നു. ഗൗരി ലങ്കേഷിന്റെ പൈശാചികമായ വധവും അതേത്തുടർന്ന് ഉടലെടുത്ത സാമൂഹ്യ അസന്ദിഗ്ദ്ധാവസ്ഥയും ഇന്നും കെട്ടടങ്ങിയിട്ടില്ല. മാധ്യമപ്രവർത്തനത്തിന്റെ സ്വരവും സ്വരച്ചേർച്ചയും അപസ്വരവുമെല്ലാം പുനർവിചിന്തനത്തിന് അടുത്തിടെ കളമൊരുക്കിയതും ഗൗരിയുടെ ദാരുണ മരണമാണ്. ഇന്ത്യയുടെ കാലിക രാഷ്ട്രീയ പശ്ചാത്തലത്തിൽ ആ കൊലപാതകവും തുടർന്ന് അക്കാര്യത്തിൽ മാധ്യമങ്ങളുടെ നിർമ്മിതിയും അപനിർമ്മിതിയും ഏറെ ഗൗരവമായി സമീപിക്കേണ്ട വിഷയമാണ്. കൊലപാതകത്തിൽ മാധ്യമങ്ങൾക്ക് ഏതെങ്കിലും തരത്തിൽ പങ്കുള്ളതായി വ്യക്തമായ വിവരമൊന്നും പുറത്ത് വന്നിട്ടില്ല. എന്നാൽ കൊലപാതകാനന്തരം കുറെയേറെ മാധ്യമങ്ങൾ അവലംബിച്ച കുറ്റകരമായ വഴിതിരിച്ചുവിടലോ, മൗനമോ കാണാതിരുന്നുകൂടാ. ഫാസിസം പ്രയോഗതലത്തിൽ വരുന്നത് ദുർപ്രചാരണങ്ങളുടെ മറയിൽ നിന്നാകുമെന്ന് ചരിത്രം തെളിവ് തരുന്നുണ്ട്. എന്നാൽ വർഗ്ഗീയ ഫാസിസം ദുർപ്രചാരണങ്ങൾക്കൊപ്പം അതിന്റെ എല്ലാ എസ്റ്റാബ്ലിഷ്മെന്റുകളെയും എടുത്തുപയോഗിക്കുന്നു എന്നുവേണം ഗൗരി ലങ്കേഷിന്റെ വധാനന്തരം കാണേണ്ടത്.

വാർത്താമാധ്യമങ്ങൾക്ക് പക്ഷാഭേദമുണ്ടെന്ന കാര്യത്തിൽ എതിരഭിപ്രായമില്ല. എന്നാൽ വാർത്ത പ്രസിദ്ധീകരിക്കുക, അല്ലെങ്കിൽ സംപ്രേഷണം ചെയ്യുകയെന്ന പ്രാഥമിക കടമയിൽനിന്ന് അവയ്ക്ക് മാറിനില്ക്കാനാകില്ല. അതിൽ ചിലത് തങ്ങളുടെ രാഷ്ട്രീയ, വർഗ്ഗീയ കാഴ്ചപ്പാടുകൾക്ക് അനുസൃതമായി വാർത്തകളെ 'കൈകാര്യം' ചെയ്യാറുണ്ട്. അത് സത്യമായിരിക്കുമ്പോഴും വാർത്താറിപ്പോർട്ടിങ് എന്ന വലയത്തിനുള്ളിൽ നില്ക്കാൻ പരിശ്രമിക്കുന്നതുകാണാം. കൊലപാതക വാർത്ത പുറത്തുവിട്ട ദൃശ്യ മാധ്യമങ്ങളിൽ ഭൂരിഭാഗവും, തൊട്ടടുത്ത് അച്ചടിച്ചിറക്കിയ പത്ര- അക്ഷര മാധ്യമങ്ങളും ഈ ബാലൻസിങ് പുലർത്തിയതായി കാണാം. അക്ഷന്തവ്യമായ മൗനംപാലിക്കാൻ കഴിയാതെ സിംഗിൾ കോളത്തിൽ ആദ്യദിനങ്ങളിൽ വാർത്ത ഒതുക്കിയ ദേശീയ മാധ്യമങ്ങളുമുണ്ട്. അതൊക്കെ വർത്തമാനകാലത്തെ അഡ്ജസ്റ്റ്മെന്റുകളിൽ അധിഷ്ഠിതമായ പത്രപ്രവർത്തന രീതിയെന്ന് തല്ക്കാലം പറഞ്ഞുവയ്ക്കാം. ഈ രീതിയുടെ ഭാവിയിൽ ആശങ്ക പുലർത്തുകയും വേണം.

ഗൗരി ലങ്കേഷ് കൊല്ലപ്പെട്ട് മണിക്കൂറുകൾക്കുള്ളിൽ സാമൂഹ്യ മാധ്യമങ്ങളിൽ പടർന്ന വരികളാണ് യഥാർത്ഥത്തിൽ അടുത്ത ദിവസത്തെ വാർത്താ മാധ്യമങ്ങളെ 'നേർവഴിക്ക്' നയിച്ചതെന്ന് അർത്ഥശങ്കയില്ലാതെ പറയാം. സാമൂഹ്യ മാധ്യമങ്ങളും, ഇതര വാർത്താ മാധ്യമങ്ങളും തമ്മിലുള്ള പ്രശ്നാധിഷ്ഠിത മത്സരമാണ് ഇതിന് ഒരു കാരണം. മറ്റൊന്ന് പ്രൊഫഷണലിസത്തിന്റെ അവസാന തിരുശേഷിപ്പ് കെട്ടുപോയിട്ടില്ലെന്ന മാധ്യമ പ്രഖ്യാപനം. ഗൗരി ലങ്കേഷ് വിഷയത്തിൽ ഇന്ത്യൻ, വിദേശ മാധ്യമങ്ങൾ തുടക്കത്തിൽ സ്വീകരിച്ച നിലപാടിനെ ഇങ്ങനെ വിലയിരുത്താം. എന്നാൽ തുടർ പ്രക്രിയയിൽ തിരിച്ചടി നേരിട്ടുവെന്നതാണ് പരമമായ സത്യം.

കന്നഡയിൽ പ്രസിദ്ധീകരിക്കുന്ന *വിശ്വ വാണി* ദിനപത്രത്തിന്റെ പത്രാധിപർ വിശ്വേശ്വർ ഭട്ട് 2017 സെപ്തംബർ അഞ്ചിന് രാത്രി 9.12ന് (ഗൗരി കൊല്ലപ്പെട്ട് നിമിഷങ്ങൾക്കകം) സാമൂഹ്യ മാധ്യമങ്ങളിൽ പോസ്റ്റ് ചെയ്ത കുറിപ്പിൽ ഗൗരിയുടെ കൊലപാതകത്തിനുപിന്നിൽ നക്സലൈറ്റ് അനുകൂലികളാണെന്ന് സംശയ രഹിതമെന്യേ വെളിപ്പെടുത്തി. ബി ജെ പി എം പി അനന്തകുമാറിന്റെ പ്രത്യേക ഡ്യൂട്ടിയിൽ പ്രവർത്തിച്ചിരുന്ന ഉദ്യോഗസ്ഥനാണ് വിശ്വേശ്വർ ഭട്ട്. തൊട്ടടുത്ത് തന്നെ പത്രപ്രവർത്തകയായ ജഗാർതി ശുക്ള, ഗൗരി ലങ്കേഷിനെ കമ്മി (കമ്യൂണിസ്റ്റുകളെ വിളിക്കുന്ന പരിഹാസ പദം) എന്ന് വിശേഷിപ്പിച്ചാണ് കൊലപാതക വാർത്ത പുറത്തുവിട്ടത്. നിന്റെ പ്രവൃത്തികൾ നിനക്കുതന്നെ വിന വരുത്തുമെന്ന ബൈബിൾ സൂചകത്തിനൊപ്പം 'ആമേൻ' എന്നും ജഗാർതി രേഖപ്പെടുത്തി. തുടർന്നങ്ങോട്ട് സാമൂഹ്യ മാധ്യമങ്ങളിൽ ഇടതടവില്ലാതെ പോസ്റ്റുകളും ടിീറ്റുകളും പ്രചരിക്കുകയായിരുന്നു.

ഇത്തരം പ്രചാരണങ്ങളുടെയെല്ലാം പൊതു സ്വഭാവം അസ്വസ്ഥതയും അസഹിഷ്ണുതയുമായിരുന്നു. നരേന്ദ്രമോദിയാൽ സൃഷ്ടിച്ചെ

*ഗൗരിലങ്കേഷ് കനയ്യകുമാറിനൊപ്പം*

ടുക്കുന്ന നവ ഹിന്ദുത്വത്തിനെതിരെ തിരിഞ്ഞാൽ ആർക്കും സംഭവിക്കാവുന്ന 'സ്വാഭാവിക അന്ത്യം' എന്ന തരത്തിലാണ് പ്രചാരണം മുന്നേറിയത്. അതേസമയം ഗൗരി ലങ്കേഷിന്റെ വധത്തിനു പിന്നിൽ തങ്ങളല്ലെന്ന് വരുത്താനും അത് ഗൗരി സ്വയം വരുത്തിവച്ചതാണെന്നു വ്യാപകമായ ക്യാമ്പയിൻ സൃഷ്ടിച്ചു. ആകാശവാണിയിലൂടെ പ്രശസ്തയായ റീത ഗുപ്തയുടെ പ്രതികരണം ഇങ്ങനെ ആയിരുന്നു. "ഗൗരിയെ അറിയാത്തവർക്കായി ചെറു വിവരണം - ഇടതുപക്ഷക്കാരി, നക്സലൈറ്റ് അനുഭാവി, ഹിന്ദു വിരുദ്ധ." 12000 ഫോളോവേഴ്സുള്ള റീത മോദി ഭക്ത മാത്രമല്ല തീവ്ര ഹിന്ദുത്വ പക്ഷവാദിയുമാണ്. പൂനെക്കാരനായ ഐ ഐ ടി എഞ്ചിനീയർ ആഷിഷ് മിശ്രയും ബൈബിളിലെ വരികൾ കടമെടുത്താണ് ഗൗരി ലങ്കേഷിന്റെ വധത്തെ ന്യായീകരിച്ചത്. "നിങ്ങൾ വിതയ്ക്കുന്നത് നിങ്ങൾ തന്നെ കൊയ്യുന്നു," ഞാൻ തെറ്റൊന്നും പറയുന്നില്ല. അവൾ ജെ എൻ യുവിലെ ദേശദ്രോഹികൾക്കൊപ്പമായിരുന്നു, കശ്മീരിലെ ആസാദി ഗാംഗിനും. മോദിക്ക് വേണ്ടി മരിക്കാൻപോലും തയ്യാറെന്ന് പ്രഖ്യാപിക്കുന്ന തീവ്ര ഹിന്ദുത്വ സംഘത്തിലെ ആഷിഷ് മിശ്രയ്ക്ക് സാമൂഹ്യ മാധ്യമങ്ങളിലെ ഫോളോവർമാർ 17000 ത്തിനും മേലെയാണ്. എഴുത്തുകാരിയും പത്രപ്രവർത്തകയുമായ ഗായത്രി ജയരാമൻ "ഹിന്ദുക്കളല്ല ഗൗരി ലങ്കേഷിന്റെ കൊലപാതകത്തിന് പിന്നിലെ"ന്ന് സ്ഥാപിക്കാൻ കിണഞ്ഞ് പരിശ്രമിച്ചു. ഗൗരി കൊല്ലപ്പെട്ട ദിവസം ആനന്ദ ചതുർത്ഥിയാണെന്നും പിതൃ പക്ഷത്തിന്റെ തുടക്കമാണെന്നും, ആ ദിവസത്തിന്റെ പ്രത്യേകത അറിയുന്നവരാണ് ഹിന്ദുക്കളെന്നും, അതിനാൽ അവർ അന്ന് കൊലപാതകം പോലുള്ള പ്രവൃത്തികൾക്ക് മുതിരില്ലെന്നും ഗായത്രി ആവർത്തിച്ചു. 'ഗൗരി തന്റെ എഴുത്തുകളിൽ ഇത്രയും തീക്ഷ്

ണത കാട്ടാതിരുന്നെങ്കിൽ കുറേക്കാലം കൂടി നിലനിന്നു പോയേനെ' എന്നാണ് ബി ജെ പി കർണ്ണാടക നേതാവും എം എൽ എയുമായ ജീവരാജ് അഭിപ്രായപ്പെട്ടത്.

പ്രധാനമന്ത്രി നരേന്ദ്ര മോദിയുടെ *മീഡിയ അഡ്വൈസർ* എന്ന് മുഖപുസ്തകത്തിലുള്ള സൂറത്തിലെ വസ്ത്രനിർമ്മാതാവ് നിഖിൽ ദാദിഛ് ഗൗരിയുടെ മരണത്തെ നായ്ക്കളോടാണ് ഉപമിച്ചത്. വളരെയേറെ വിമർശം ക്ഷണിച്ചുവരുത്തിയ അയാളുടെ പരാമർശങ്ങൾ പെട്ടെന്ന് നീക്കം ചെയ്യപ്പെട്ടു. ജെ എൻ യുവിലെ വിദ്യാർത്ഥി നേതാവ് കനയ്യ കുമാർ ഗൗരി ലങ്കേഷിനെ വികാരപരമായി അമ്മയോട് ഉപമിച്ചാണ് പ്രതികരിച്ചത്. എന്നും തന്റെ ഹൃദയത്തിൽ ആ അമ്മ ഉണ്ടാകുമെന്ന് പറഞ്ഞ കനയ്യക്ക് നല്കിയ മറുപടി ഭീഷണിയും അറപ്പുതോന്നിക്കുന്നതുമാണ്. "നീ സങ്കടപ്പെടേണ്ട നിന്റെ വളർത്തമ്മയ്ക്കൊപ്പം നിന്നെയും ഉടൻ അങ്ങോട്ട് അയക്കുന്നുണ്ട്." ഒപ്പം നായ, പന്നി തുടങ്ങിയ പദങ്ങളാൽ സമ്പുഷ്ടമായ തെറി വചനവും.

കൊലപാതകത്തെതുടർന്ന് സാമൂഹ്യ മാധ്യമങ്ങൾ തുടങ്ങിവച്ച പ്രചാരണം മേല്പറഞ്ഞ വിധമാണെങ്കിൽ അതിനേക്കാൾ കുറെക്കൂടി കടന്നാണ് ചില ദൃശ്യമാധ്യമങ്ങൾ അരങ്ങുവാണത്. ഏഷ്യാനെറ്റിന്റെ ഉടമകൂടിയായ ബി ജെ പിയുടെ രാജ്യസഭാംഗം രാജീവ് ചന്ദ്രശേഖറിന്റെ *റിപ്പബ്ലിക്* ടി വി, ഗൗരിയുടെ കൊലപാതക വാർത്തയുടെ ദിശ തിരിച്ചുവിടാൻ കഠിന പ്രയത്നം നടത്തി. പ്രശസ്ത പത്രപ്രവർത്തകനായ അർണാബ് ഗോസ്വാമിയെ കൊണ്ടിരുത്തി ആർ എസ് എസ് സംഘപരിവാർ അനുകൂലമായ വാദഗതികൾ നിരത്തിക്കുകയായിരുന്നു. നക്സലൈറ്റുകളാണ് വധത്തിന് പിന്നിലെന്ന് അരക്കിട്ടുറപ്പിക്കുന്നതിനൊപ്പം അന്വേഷണത്തെപ്പോലും ആ ദിശയിലേക്ക് തിരിച്ചുവിടാനാണ് ശ്രമിച്ചത്. ചാനൽ ചർച്ചയിൽ പങ്കെടുത്ത ബി ജെ പി നേതാവ് ജി വി എൽ നരസിംഹ റാവുവിനെക്കൊണ്ട് "ഗൗരിയുടെ കൊലപാതകം ബി ജെ പിക്ക് ദുഷ്പേരുണ്ടാക്കാൻ കോൺഗ്രസും അവർക്കൊപ്പമുള്ളവരും നടത്തിയതാ"ണെന്ന് പ്രസ്താവിപ്പിക്കാനും *റിപ്പബ്ലിക്* ടി വിക്ക് കഴിഞ്ഞു.

ഇക്കാര്യത്തിൽ സെപ്തംബർ 23 ന്റെ *മെയിൻ സ്ട്രീം* വാരികയിൽ വിദ്യ ഭൂഷൺ റാവത്ത് എഴുതിയതാണ് ശരി. "വസ്തുതകൾ വളച്ചൊടിച്ച് മറ്റ് വിഷയങ്ങളിലേക്ക് കൊണ്ടുപോകാനുള്ള നാണംകെട്ട ശ്രമമാണ് മാധ്യമങ്ങൾ നടത്തിയത്. സഹോദരനുമായുള്ള അഭിപ്രായ വ്യത്യാസവും, നക്സൽ ബന്ധവുമൊക്കെയാണ് ചർച്ച ചെയ്തത്. *റിപ്പബ്ലിക്* ടി വിയും *ടൈംസ് നൗ*വും ഗൗരിയുടെ സഹോദരൻ ഇന്ദ്രജിത്തിനെ ഫ്ളോറിൽ എത്തിച്ച് ഗൗരി - നക്സലൈറ്റ് ബന്ധത്തിന്റെ കെട്ടുകൾ അഴിക്കാൻ അക്ഷീണം പരിശ്രമിച്ചു.'' വൻകിട മാധ്യമ ഭീമന്മാരായ ഇവരുടെ വഴിയേ പോകാൻ മറ്റ് ദൃശ്യമാധ്യമങ്ങൾ പലരും തയ്യാറായില്ല. എങ്കിലും ആർ എസ് എസ്, സംഘപരിവാർ ഉൾപ്പെടെയുള്ളവർക്ക് പിടിവള്ളിയായിരുന്നു *റിപ്പബ്ലിക്* ടി വിയും *ടൈംസ് നൗ*വും. ചില പ്രാദേ

ശിക ഭാഷാ ചാനലുകൾ അന്തിച്ചർച്ചകളിലും മറ്റും ഈ വാദമുഖങ്ങൾ ഉറപ്പിക്കാൻ ശ്രമിച്ചുനോക്കിയെങ്കിലും അത് അത്ര ഫലം കണ്ടില്ല.

ഗൗരി ലങ്കേഷിന്റെ വധം രാജ്യത്താകമാനം സാമൂഹ്യ-സാംസ്കാരിക മേഖലയിൽ പടർത്തിയ ഭീതിയുടെ നിറം ചോരമുക്കിയ കാവിയായിരുന്നു. കൽബുർഗി, പൻസാരെ, ധാബോൽക്കർ... ഇങ്ങനെ നീളുന്ന പട്ടികയിലാണ് ഗൗരി ലങ്കേഷിൻെറ സ്ഥാനമെന്ന് ദേശീയ അച്ചടി മാധ്യമങ്ങളിൽ ഭൂരിഭാഗവും വിദേശ മാധ്യമങ്ങൾ ഒന്നാകെയും വിളിച്ചറിയിച്ചത് മതാന്ധതയുടെ പിൻബലത്തിൽ അരങ്ങേറിയ ക്രൂരതയുടെ ശരിചിത്രം വെളിച്ചത്തെത്തിച്ചു.

*ദി ഗാർഡിയൻ* പത്രം എഴുതി, "മാധ്യമ പ്രവർത്തക ഗൗരി ലങ്കേഷിന്റെ വധം ഇന്ത്യ ക്രൂരമായ അക്രമത്തിലേക്ക് തരംതാഴുന്നതിന്റെ കാഴ്ച"യാണെന്ന്. ബീഫിന്റെപേരിൽ രാജ്യമെമ്പാടും ഹിന്ദു തീവ്രവാദികൾ അഴിച്ചുവിട്ട അക്രമത്തെയും പൈശാചിക കൊലപാതകങ്ങളെയുമെല്ലാം ശക്തമായി കടന്നാക്രമിച്ച *ദി ഗാർഡിയൻ* 1992 മുതൽ കൊല്ലപ്പെട്ട 40 മാധ്യമപ്രവർത്തകരെയും പരാമർശിച്ചു. ഇതിൽ സ്വന്തം തൂലികയുടെ ശക്തിയാൽ പ്രതിരോധം തീർത്തതിലൂടെ കൊല്ലപ്പെട്ടത് 27 പേരാണ്. ആ പട്ടികയിൽ 28-ാമതാണ് ഗൗരി ലങ്കേഷെന്ന് *ദി ഗാർഡിയൻ* എഴുതി.

ആൾക്കൂട്ട ആക്രമണങ്ങൾക്കെതിരെ പ്രതികരിച്ച ഇന്ത്യൻ മാധ്യമ പ്രവർത്തകയുടെ കൊലപാതകമെന്നാണ് *ദി ന്യൂയോർക്ക് ടൈംസ്* സംഭവത്തെ ചൂണ്ടിക്കാട്ടിയത്. ബി ബി സി ഗൗരിയെ വിശേഷിപ്പിച്ചത് "നിർഭയയായ മാധ്യമ പ്രവർത്തക"യെന്നാണ്. "ഇന്ത്യയിൽ മറ്റൊരു ഭരണകൂട വിമർശകകൂടി ബുള്ളറ്റുകളാൽ നിശബ്ദയാക്കപ്പെട്ടു''വെന്ന് *ടൈംസ് ഓഫ് ഇന്ത്യ* എഴുതി. *അൽ ജസീറ* ടെലിവിഷൻ കുറേക്കൂടി വ്യക്തമാക്കിത്തന്നെ ലോകത്തിന് സന്ദേശം നല്കി, "ഗൗരി ലങ്കേഷ്: നിർഭയയായ ഇന്ത്യൻ ജേർണലിസ്റ്റിനെ നിശ്ശബ്ദയാക്കി." കൂടാതെ ഗൗരിയുടെ സഹപ്രവർത്തകയായ ഗണേഷ് ദേവിയുടെ പ്രതികരണവും സംപ്രേഷണം ചെയ്തു. നരേന്ദ്ര മോദിയുടെ അവരോഹണത്തോടെയാണ് പ്രത്യേകിച്ചും എഴുത്തുകാർക്കും ചിന്തകർക്കുംനേരേ അതിക്രമങ്ങൾ ശക്തമായതെന്ന് ദേവി വ്യക്തമാക്കി. ലോകമാകെ അതീവ ഗൗരവത്തോടെയാണ് ആ വാക്കുകൾ ശ്രവിച്ചത്.

ഇന്ത്യയിലെ ദേശീയ പത്രങ്ങൾ പലതും ഗൗരി ലങ്കേഷ് വധം കൈകാര്യം ചെയ്തെങ്കിലും ആദ്യദിനത്തിൽ വ്യക്തതയില്ലാതെ ഇരുട്ടിൽ തപ്പിയ കാഴ്ചയായിരുന്നു. പട്ടികജാതിക്കാരെ സംബന്ധിച്ച സുപ്രീംകോടതി വിധി പ്രമുഖ തലക്കെട്ടാക്കിയും പ്രാദേശിക വാർത്തകൾ നല്കിയുമൊക്കെയാണ് 2017 സെപ്തംബർ 6 ന്റെ ചില പത്രങ്ങൾ പുറത്തിറങ്ങിയത്. ഭരണകൂട ഭീകരത ഭയന്നാണോ, മറ്റെന്തെങ്കിലും പ്രശ്നാധിഷ്ഠിത പിന്തുണ നല്കിയാണോ,അവരെല്ലാം ഒരുതരം ഒളിച്ചുകളിയുടെ മട്ടിലായിരുന്നു. അതേസമയം വായനക്കാരിൽ സമ്മിശ്ര പ്രതികരണം

സൃഷ്ടിക്കും വിധമുള്ള മിഡിൽ പീസുകൾ ഉൾപ്പെടുത്താനും ശ്രമിച്ചു. പക്ഷേ, അങ്ങനെ പിടിച്ചുനില്ക്കാനാവില്ലെന്ന് വന്നതാവണം തൊട്ടടുത്ത ദിവസം മുതൽ കൂടുതൽ വാർത്തകളിലേക്കും ലേഖനങ്ങളിലേക്കും അവർ തിരിഞ്ഞു. എന്നാൽ ഹിന്ദുത്വ തീവ്രവാദവും അതിന് നേതൃത്വം നല്കുന്ന പ്രധാനമന്ത്രി നരേന്ദ്രമോദിയും അവരുടെ വിമർശനങ്ങളിൽ കാര്യമായി വന്നതേയില്ല.

"ഞാൻ എൽ കെ (അദ്വാനി)യുടെ രാമജന്മഭൂമി യാത്രയും നരേന്ദ്ര മോദിയുടെ 2002 ലെ വംശീയ കൂട്ടക്കൊലയും എതിർക്കുന്നു. എന്റെ ഭരണഘടന എന്നെ പഠിപ്പിക്കുന്നത് മതവാദിയാകാനല്ല. മതനിരപേക്ഷ യാകാനാണ്. വർഗ്ഗീയ ശക്തികൾക്കെതിരെ പടപൊരുതുക എന്റെ ജന്മാ വകാശമാണ്." ബി ജെ പിയുടെ വർഗ്ഗീയ ഫാസിസ്റ്റ് രാഷ്ട്രീയത്തെയും ഹിന്ദുത്വത്തെയും തുറന്നെതിർത്ത ഗൗരി ലങ്കേഷിന്റെ വാക്കുകൾ അസ്തമിക്കുന്നില്ല. വർഗ്ഗീയത ഭരണകൂട ഭീകരത ആർജ്ജിക്കുമ്പോൾ സംഭവിക്കുന്നതുമാത്രമാണ് ഗൗരിയുടെ കാര്യത്തിൽ ഉണ്ടായതെന്ന വിശകലനം ഇനിയും ചർച്ചകളായി മുന്നോട്ട് പോകേണ്ടതുണ്ട്. *ഫിനാൻ ഷ്യൽ എക്സ്പ്രസി*ന്റെ തലവാചകം ഭാവിയിലേക്കുള്ള സൂചനയാണ്.

"Journalist's killing; shock waves across India"

ഇത് ഏതോ ഒരു പത്രപ്രവർത്തകന്റെ സ്വാഭാവിക പ്രതി കരണത്തിൽ നിന്നുണ്ടായ വരിയാകാനേ സാദ്ധ്യതയുള്ളൂ, പ്രത്യേകിച്ചും *ഫിനാൻഷ്യൽ എക്സ്പ്രസിൽ*. അത് പത്ര മുതലാളിയുടെ വാക്കുകൾ ആയിരിക്കില്ല. എങ്കിലും ഗൗരി ലങ്കേഷ് എന്ന മാധ്യമ പ്രവർത്തകയ് ക്കുള്ള ഹോമേജായി ഈ വാക്കുകൾ ഓർത്തുവയ്ക്കാം. അതോടൊപ്പം പി സായ്നാഥിന്റെ ആചാര്യ തുല്യ വാക്കുകൾ മനസ്സിൽ നിറഞ്ഞു നില് ക്കട്ടെ,

"A message to all, those with dissent voices that, we are prepared a list, and you will be the next."

# ഗൗരി ലങ്കേഷ്: സംഘപരിവാറുകാരുടെ കണ്ണിലെ കരട്

എൻ എസ് സജിത്

**"മാ**ർക്സിസ്റ്റ് ശൂർപ്പണഖയെ ജന്നത്തിലേക്ക് പറഞ്ഞയച്ചു" ഷോനാൻ താൽപഡെ ഫേസ്ബുക്കിൽ കുറിച്ച വാക്കുകൾ. സെപ്തംബർ അഞ്ചിന് കൊല്ലപ്പെട്ട ഗൗരി ലങ്കേഷ് എന്ന വിഖ്യാത പത്രപ്രവർത്തകയുടെ ശല്യം തീർന്നതിൽ ആഹ്ലാദം പ്രകടിപ്പിക്കുകയായിരുന്നു താൽപഡെ എന്ന സംഘപരിവാറുകാരൻ. ശൂർപ്പണഖ എന്ന രൂപകത്തിൽ താൽപഡെ എന്ന മറാഠി ബ്രാഹ്മണനായ ഈ ആർ എസ് എസുകാരൻ കണ്ടെത്തുന്ന അർത്ഥങ്ങൾ നിരവധിയാണ്.

ശൂർപ്പണഖ രാവണന്റെയും കുംഭകർണ്ണന്റെയും വിഭീഷണന്റെയും ഇളയ സഹോദരി. അസുരകുലത്തിലുള്ളവർ. ക്ഷത്രിയ കുലജാതനായ ലക്ഷ്മണനോട് പ്രണയാഭ്യർത്ഥന നടത്തി എന്ന കുറ്റത്തിന് ദുരന്തമേറ്റു വാങ്ങേണ്ടി വന്നവൾ. മൂക്കും മുലയും ഛേദിച്ചുകൊണ്ടാണ് മര്യാദ പുരുഷോത്തമനായ ശ്രീരാമചന്ദ്രനും സഹോദരൻ ലക്ഷ്മണനും ചേർന്ന് അവളുടെ പ്രണയാഭ്യർത്ഥനയ്ക്ക് മറുപടി കൊടുത്തത്. ശൂർപ്പണഖ എന്ന 'ശല്യക്കാരി' ദുരന്തമേറ്റുവാങ്ങുമ്പോൾ ആശ്വാസം കൊള്ളുന്നത് സവർണ്ണ പുരുഷാധീശ ബോധമാണ്. ആദികവിയുടെ ഉദാത്തമായ ഈ സ്ത്രീ പാത്രസൃഷ്ടിയെ പലരും പഠന വിധേയമാക്കിയിട്ടുണ്ട്. *രാമായണ*ത്തിലെ ഏറ്റവും നികൃഷ്ടമായ സ്ത്രീവിരുദ്ധതയുടെ സന്ദർഭം സവർണ്ണ പുരുഷന്റെ ആഘോഷത്തിന്റെ സന്ദർഭം കൂടിയാണ്. താഴ്ന്ന ജാതിക്കാർ പ്രണയിക്കുന്നെങ്കിൽ അത് ഒരിക്കലും ദൈവതുല്യനായി വിശേഷിപ്പിക്കപ്പെടുന്ന ശ്രീരാമനുപോലും അംഗീകരിക്കാനാവില്ലെന്ന സന്ദേശമാണ് ഈ കഥാസന്ദർഭം തരുന്നത്. ഇരുപത്തൊന്നാം നൂറ്റാണ്ടിന്റെ രണ്ടാം ദശകത്തിൽപ്പോലും മിശ്രവിവാഹിതർക്ക് വധശിക്ഷ വിധിക്കുന്ന ഉത്തരേന്ത്യയിലെ ഖാപ് പഞ്ചായത്തുകളുടെ ഒരു പ്രാഗ് രൂപം. ഈ ഫേസ്

*മേധാപട്കറോടൊപ്പം*

ബുക്ക് പോസ്റ്റിൽ സംഘപരിവാറിന്റെ വരേണ്യതയുടെ ദുർഗ്ഗന്ധമാണ് പൊട്ടിയൊലിച്ചത്.

സംഘപരിവാറിന് ഗൗരി ലങ്കേഷ് എന്ന ശൂർപ്പണഖ എന്നും ശല്യക്കാരിയായിരുന്നു. ജീവിച്ചിരിക്കുമ്പോൾ അവർക്കെതിരെ തുടർന്ന പരിഹാസവും ഭീഷണിയും കൊലപ്പെടുത്തിയ ശേഷവും തുടർന്നു എന്നതിന് താൽപഡെയുടെ ഈ ഒറ്റവരി പോസ്റ്റ് തന്നെ തെളിവ്.

ട്വിറ്ററിലാവട്ടെ അഴിഞ്ഞാട്ടം ജാഗ്രതി ശുക്ലയുടെ നേതൃത്വത്തിലായിരുന്നു. "കമ്മി ഗൗരി ക്രൂരമായി കൊലചെയ്യപ്പെട്ടു. നിങ്ങളുടെ പ്രവർത്തനം എപ്പോഴും നിങ്ങളെ വേട്ടയാടിക്കൊണ്ടിരിക്കും. ആമേൻ" എന്നായിരുന്നു പരിഹാസം. വെടിയുണ്ടയേറ്റ വീര രക്തസാക്ഷിത്വത്തോട് ആമേൻ ചൊല്ലിയാണ് ജാഗ്രതി ശുക്ല എന്ന യുവപത്രപ്രവർത്തക പ്രതികരിച്ചത്.

മറ്റൊരു സംഘപരിവാറുകാരനാകട്ടെ ഗൗരി ലങ്കേഷിന്റെ യഥാർത്ഥ പേര് ഗൗരി ലങ്കേഷ് പാട്രിക് എന്നാണെന്ന ഘോരമായ കണ്ടുപിടിത്തവും നടത്തി. ഗൗരി, ലങ്കേഷ് എന്നീ ഹൈന്ദവ നാമങ്ങൾക്കൊപ്പം പാട്രിക് എന്ന ക്രിസ്ത്യൻ പേര് വന്നത് കൊല്ലപ്പെടാനുള്ള കാരണമായി. കൊന്നതിന് ന്യായമായി ഇയാൾ പറയാതെ പറഞ്ഞത് ന്യൂനപക്ഷങ്ങൾ കൊല്ലപ്പെടേണ്ടവരാണെന്ന സംഘപരിവാറിന്റെ ലളിതയുക്തി. എന്നാൽ പ്രസിദ്ധീകരണത്തിന് കന്നടയിൽ പറയുന്ന *പത്രികെ* എന്ന പേരാണ് മന്ദബുദ്ധിയായ ഈ സംഘിബുദ്ധിയിൽ പാട്രിക് ആയി മാറിയത്. മലപ്പുറം ജില്ലയിൽ ഗൗരിയുടെ വധത്തെ പുനരാവിഷ്കരിച്ചുകൊണ്ട് ഡി വൈ എഫ് ഐ പ്രവർത്തകർ അവതരിപ്പിച്ച തെരുവു നാടകത്തിന്റെ വീഡിയോ കേരളത്തിലെ ഒരു പാവം ഹിന്ദു സ്ത്രീയെ മുസ്ലിങ്ങൾ പട്ടാപ്പകൽ പരസ്യമായി നടുറോഡിലിട്ട് വെടിവച്ചുകൊല്ലുന്ന ദാരുണ സം

ഭവമായി അവതരിപ്പിച്ച *സീ ന്യൂസ്* വാർത്തയിലെ അസംബന്ധത്തോളം വരുമിത്. ആധികാരികതയൊന്നുമില്ലാതെ എന്തു വിവരക്കേടും എഴുന്നള്ളിച്ചുകൊണ്ടുള്ള ഇത്തരം പ്രചാരണങ്ങൾ അബദ്ധമോ കൈപ്പിഴയോ ആയി കാണാനാവില്ലെന്നതാണ് വാസ്തവം. ഏതു കള്ളവും വിശ്വസിക്കാവുന്ന തരത്തിൽ യുക്തിഹീനരായ വലിയൊരു വിഭാഗം മനുഷ്യരെ സൃഷ്ടിച്ചെടുക്കാൻ സംഘപരിവാറിന് കഴിഞ്ഞിട്ടുണ്ടെന്നതിന്റെ പ്രത്യക്ഷ ഉദാഹരണം കൂടിയാണിത്.

1948 ജനുവരി 30 ന് ഗാന്ധിജിയുടെ നെഞ്ചിലേക്ക് നിറയൊഴിച്ചപ്പോൾ ഇന്ത്യയിലെ പല നഗരങ്ങളിലും മധുരം വിളമ്പിയ ആർ എസ് എസുകാരുടെ പിന്മുറക്കാർ തന്നെയാണ് തങ്ങളെന്ന് താൽപഡെയും ജാഗ്രതി ശുക്ലയും അടക്കമുള്ള അനേകം സംഘപരിവാറുകാർ ഉറക്കെ വിളിച്ചു പറയുകയായിരുന്നു. താൽപഡെയുടെ ഫേസ്ബുക്ക് പേജ് നിറയെ ഗോഡ്സെ, സവർക്കർ സ്തുതികളാണ്. ഗോഡ്സെയ്ക്ക് ക്ഷേത്രം പണിയുന്നവരിൽനിന്ന് വേറെന്ത് പ്രതീക്ഷിക്കണം?

ഗൗരി ലങ്കേഷിന്റെ വധത്തിനു തൊട്ടുപിന്നാലെയുള്ള ദിവസങ്ങളിൽ ബംഗളൂരു നഗരത്തിൽ യാത്രചെയ്യുമ്പോൾ അസ്വാഭാവികതയൊന്നും തോന്നിയിരുന്നില്ല. തങ്ങൾക്ക് കേട്ടറിവു മാത്രമുള്ള, അല്ലെങ്കിൽ അജ്ഞാതയായ ഒരു സ്ത്രീയുടെ ദാരുണ ഹത്യയോട് കേരളം കലഹിക്കുമ്പോൾ അവർക്ക് ജന്മം നല്കിയ നാടിന് ഒരു പ്രതികരണവുമില്ലേയെന്ന് ആശ്ചര്യപ്പെട്ട നാളുകൾ. ബംഗളൂരു നഗരം സാധാരണനിലയിൽ തുടർന്നത് ഭയവും ആശങ്കയും വർദ്ധിപ്പിച്ചു. കേരളത്തിലെ നഗരങ്ങൾ പ്രതിഷേധത്തിൽ ഇളകിമറിയുമ്പോഴും ബംഗളൂരു ശാന്തമായിരുന്നു. ആ ദിവസങ്ങളിൽ പ്രതിഷേധത്തിന്റെ കനൽ എവിടെയെങ്കിലും എരിയുന്നുണ്ടോ എന്നറിയാൻ വാർത്താ ചാനലുകൾ തുറന്നപ്പോൾ കണ്ടത് കന്നടയിലെ പവിത്ര ഗൗഡ എന്ന യുവനടിക്ക് ദർശൻ എന്ന നടനുമായുള്ള പ്രണയത്തെക്കുറിച്ചുള്ള അരമണിക്കൂർ ചർച്ച! പല പ്രാദേശിക പത്രങ്ങൾക്കും ഗൗരി ലങ്കേഷ് വധം ഒരു ദിവസത്തേക്ക് മാത്രമുള്ള പ്രധാന വാർത്ത മാത്രമായി.

ഇന്ത്യയിലെതന്നെ മികച്ച നടന്മാരുടെ പട്ടികയിൽ മുൻനിരയിലുള്ള പ്രകാശ് രാജ് തന്റെ സുഹൃത്തായ ഗൗരി ലങ്കേഷിനെ അവസാനമായി ഒരു നോക്കു കാണാൻ ബംഗളൂരുവിലെ രവീന്ദ്ര കലാക്ഷേത്രയുടെ മുറ്റത്തു കാത്തുനില്ക്കുന്നുണ്ടായിരുന്നു. പ്രകാശ് രാജ് ടെലിവിഷൻ ചാനലിൽ ഗൗരിയുടെ മതനിരപേക്ഷ നിലപാടുകളെക്കുറിച്ചും സംഘപരിവാറിന്റെ ആക്രമണോത്സുകതയെയുംപറ്റി പറഞ്ഞു തുടങ്ങവെ “പ്രകാശ് രാജ് ഇവിടെ രാഷ്ട്രീയം പറയരുതെന്ന്'' ഒരു ഇംഗ്ലീഷ് ചാനലിലെ മാധ്യമപ്രവർത്തക അസഹിഷ്ണുതയോടെ പറയുന്നതു കേൾക്കാമായിരുന്നു.

കൽബുർഗി വധത്തെ പരാമർശിക്കുമ്പോൾ പതിറ്റാണ്ടുകളായി കർണ്ണാടകത്തിന്റെ സാംസ്കാരിക മണ്ഡലത്തിൽ നിറഞ്ഞുനിന്ന ആ ജ്ഞാന

വൃദ്ധന്റെ പേര് മറ്റെന്തോ പേരായി ലേഖിക ഉച്ചരിക്കുന്നതും വിഷമത്തോടെ കേൾക്കേണ്ടിവന്നു.

എന്തിന് സംഘപരിവാറുകാരെയും അല്പബുദ്ധികളായ ചാനൽ പൈങ്കിളികളെയുംപറ്റി പറയണം. ദേശീയ ദിനപത്രമെന്ന് അവകാശപ്പെടുന്ന മാധ്യമശിങ്കങ്ങൾക്കുപോലും ഗൗരിയെ മാധ്യമപ്രവർത്തക കൊല്ലപ്പെട്ടതിൽ ആദ്യദിവസങ്ങളിൽ വലിയ പ്രാധാന്യമൊന്നും കണ്ടെത്താനായില്ല. *ദ ഹിന്ദു* പത്രത്തിൽ ഗൗരി കൊല്ലപ്പെട്ടതിനുശേഷമുള്ള രണ്ടു ദിവസവും ഈ ക്രൂരഹത്യ മുഖ്യവാർത്തയായില്ല. മലയാളത്തിലെ പത്രമുത്തശ്ശിമാരും ഈ വാർത്തയെ കണ്ട ഭാവം നടിച്ചില്ല.

ഹിറ്റ്ലറുടെ നാസി പാർട്ടിക്കാർ ജർമ്മൻ പാർലമെന്റ് മന്ദിരമായ റീഷ് സ്റ്റാഗിന് തീയിട്ട ശേഷം പ്രചരിപ്പിച്ചത് ഈ കൊടുംകൃത്യം ചെയ്തത് കമ്യൂണിസ്റ്റുകാരാണ് എന്നായിരുന്നു. സമാനമായ അസത്യപ്രചാരണമായിരുന്നു ഗൗരി ലങ്കേഷിന്റെ വധത്തിനുശേഷവും ആവർത്തിക്കപ്പെട്ടത്. മാവോയിസ്റ്റുകളാണ് ഗൗരിയെ കൊലപ്പെടുത്തിയതെന്ന് സ്ഥാപിക്കാനായിരുന്നു സംഘപരിവാർ സാമൂഹിക മാധ്യമങ്ങളെ കാര്യമായി ഉപയോഗിച്ചത്.

അത്രയും നാൾ ജനങ്ങൾക്കൊപ്പം നിന്ന് അവരുടെ പ്രശ്നങ്ങളെക്കുറിച്ച് നിരന്തരമായി എഴുതിയ ഒരു മാധ്യമപ്രവർത്തകയെ കൊലപ്പെടുത്തിയിട്ടും അവർ നടത്തിയ ഇടപെടലുകളെ വിലയിരുത്തുന്ന ഒരു കുറിപ്പുപോലും മുഖ്യധാരാ മാധ്യമങ്ങളിൽ പ്രസിദ്ധീകരിച്ചില്ലെന്നതാണ് ഖേദകരം. മാധ്യമങ്ങളുടെ ആപല്ക്കരമായ മൗനം ആശങ്കപ്പെടുത്തിയ നാളുകളായിരുന്നു അവ. ഗോരഖ്പൂരിൽ ഓക്സിജൻ ലഭിക്കാതെ പിഞ്ചുകുട്ടികൾ കൂട്ടമരണത്തിന് ഇടയാകുമ്പോൾ പ്രതിഷേധമുയരാത്തതും ബലാത്സംഗക്കേസിൽ ഗുർമീത് റാംറഹിം എന്ന ആൾദൈവത്തെ കോടതി കുറ്റക്കാരനായി കണ്ടെത്തുമ്പോൾ ഒരു നാടൊട്ടുക്ക് തെരുവിലിറങ്ങി പ്രതിഷേധിക്കുന്നതും ഗൗരി ലങ്കേഷ് വധത്തിനുശേഷം നടന്ന കള്ളപ്രചാരണങ്ങളും ഒരുപോലെ വായിക്കപ്പെടേണ്ടതാണ്.

സർവ്വലക്ഷണങ്ങളും തികഞ്ഞ ഒരു ഫാസിസ്റ്റ് കൊലപാതകം തന്നെയായിരുന്നു ഗൗരി ലങ്കേഷിന്റേത്. ദുർബ്ബലമായ ആ ശരീരം ലക്ഷ്യമാക്കി ഉതിർത്തത് ഏഴു വെടിയുണ്ടകൾ. അതിൽ രണ്ടെണ്ണം അവരുടെ ശരീരം തുളച്ചു കയറി. ഒന്ന് നെഞ്ചിലും മറ്റൊന്ന് വാരിയെല്ലിലും. രാജരാജേശ്വരി നഗറിലെ അവരുടെ വീടിന് മുന്നിലുള്ള ഐഡിയൽ ഹോംസിലെ താമസക്കാരനും പാലക്കാട് സ്വദേശിയുമായ ശ്രീനിവാസ് ഇങ്ങനെ പറഞ്ഞു:

> കൊല നടന്ന് ഇരുപത് മിനിട്ടെങ്കിലും കഴിഞ്ഞാണ് ഞാൻ വീട്ടിലെത്തിയത്. എട്ടുമണിയാകുമ്പോഴേക്കും വിജനമാകുന്ന പ്രദേശമാണിത്. കാര്യമായ വെളിച്ചമൊന്നുമില്ല. അപരിചിതരെ കണ്ടാലും അങ്ങനെ സംശയിക്കുകയുമില്ല. വെടിയൊച്ച ആരും കാര്യമായെടുത്തില്ല. അടുത്ത വീട്ടുകാർ കരുതിയത് പടക്കം പൊ

ട്ടുന്ന ശബ്ദമാണെന്നാണ്. വീടിനു മുന്നിലൂടെ പോയ അയൽവാസികൾ കരുതിയത് ഗൗരി മാഡം തലകറങ്ങി വീണതാകുമെന്നാണ്. ചോര വാർന്നത് ശ്രദ്ധിൽപെട്ടപ്പോഴാണ് സംഭവത്തിന്റെ ഗൗരവം മനസ്സിലായത്. ഉടൻതന്നെ പൊലീസിൽ അറിയിച്ചു. പൊലീസ് വന്നു പരിശോധിക്കുന്ന സമയത്താണ് ഞാൻ സ്ഥലത്തെത്തുന്നത്. വീടിനു മുന്നിലുള്ള വഴിയിലൂടെ പോകുമ്പോഴൊക്കെ കുശലം പറയുമായിരുന്നു. ആരോടും അപരിചിതത്വമോ അകല്ച്ചയോ കാണിക്കുന്ന പ്രകൃതമല്ലായിരുന്നു. അതുകൊണ്ടുതന്നെ ബൈക്കിൽ വന്ന അപരിചിതരെ വഴിയിൽ കണ്ടപ്പോൾ അവർക്ക് സംശയം തോന്നിക്കാണില്ല. തന്റെ വെളുത്ത എറ്റിയോസ് ലിവകാർ വഴിയിൽ നിർത്തി ഗേറ്റ് തുറക്കാൻ തുടങ്ങിയപ്പോഴാവണം ആദ്യ വെടിയുതിർത്തത്. പെട്ടെന്ന് തന്നെ വീട്ടുമുറ്റത്തേക്കു നീങ്ങി. മുറ്റത്ത് മലർന്നുകിടക്കുന്ന നിലയിലായിരുന്നു ബുള്ളറ്റുകൾ തറഞ്ഞ ശരീരം. ഉന്നംതെറ്റാത്ത വെടിയായിരുന്നിരിക്കണം. തൽക്ഷണം മരിച്ചുവെന്നാണ് പിന്നീടറിയാൻ കഴിഞ്ഞത്.

കർണ്ണാടകത്തിൽ ബി ജെ പി പ്രവർത്തകർ കൊല്ലപ്പെടുകയാണെന്നാരോപിച്ച് മംഗലാപുരത്ത് ബി ജെ പി നടത്താനിരുന്ന റാലിയുടെ മുന്നോടിയായി കൊപ്പയിൽ പ്രവർത്തകരുടെ ഒരു ജാഥ നടന്നിരുന്നു. ആ ജാഥയിൽ സംസ്ഥാനത്തെ മുൻ മന്ത്രി കൂടിയായ ജീവരാജ് ഇങ്ങനെ പറഞ്ഞു: "ഗൗരി ലങ്കേഷ് *പത്രിക* എന്ന പ്രസിദ്ധീകരണത്തിലൂടെ ആർ എസ് എസിനെ വിമർശിച്ച് എഴുതില്ലായിരുന്നെങ്കിൽ അവർ ഇപ്പോഴും ജീവിക്കുമായിരുന്നു. അവർ തനിക്ക് സഹോദരിയെപ്പോലെയാണ്. എന്നാൽ അവർ ജനാധിപത്യത്തിന് സ്വീകാര്യമായ വിധം എഴുതണമായിരുന്നു."

ഗൗരിയെ കൊലപ്പെടുത്തിയത് തങ്ങൾ തന്നെയാണെന്ന് ഏറ്റുപറയുകയായിരുന്നു ജീവരാജ്. കൊലപാതകത്തിൽ തങ്ങൾക്കുള്ള പങ്ക് ആവർത്തിച്ച് നിഷേധിക്കുമ്പോഴും ഘാതകരെ ആയുധമണിയിച്ച് അയച്ചവർ തന്നെ ഉറക്കെ വിളിച്ചു പറയുകയായിരുന്നു ബി ജെ പി നേതാക്കൾ.

## ആരായിരുന്നു ഗൗരി

ഗൗരി ലങ്കേഷിനെക്കുറിച്ച് പറയും മുമ്പ് ആദ്യം അവരുടെ അച്ഛനെ അറിയണം. പി ലങ്കേഷ്. ലങ്കയുടെ നാഥനായ രാവണനെപ്പോലെ പത്തു തലയായിരുന്നു അദ്ദേഹത്തിനെന്ന് പഴയ സുഹൃത്തും ഗൗരി ലങ്കേഷ് പത്രികയിലെ പത്രപ്രവർത്തകൻ ചന്ദ്രഗൗഡ പറഞ്ഞു. കവി, നാടകൃത്ത്, കഥാകൃത്ത്, പത്രപ്രവർത്തകനുമായ, പ്രഭാഷകൻ, കോളേജ് അദ്ധ്യാപകൻ, വിമർശകൻ, തിരക്കഥാകൃത്ത്, വിവർത്തകൻ, സിനിമാ നിർമ്മാതാവ് തുടങ്ങി വിവിധ തലങ്ങളിൽ പ്രാഗത്ഭ്യം തെളിയിച്ച വ്യക്തിയായിരുന്നു പി ലങ്കേഷ്. അടിയന്തരാവസ്ഥക്കാലത്ത് ഇന്ദിരാഗാന്ധിയുടെ അമി

താധികാര പ്രവണതകളെ തുറന്നെതിർക്കാൻ കർണ്ണാടകത്തിലെ ബുദ്ധിജീവികളുടെ മുൻനിരയിലുണ്ടായിരുന്നു അദ്ദേഹം. ബി വി കാരന്തിനും യു ആർ അനന്തമൂർത്തിക്കും ഗിരീഷ് കർണ്ണാടിനും ഒപ്പം കർണ്ണാടകത്തിന്റെ സാംസ്കാരിക ഭൂമികയിൽ ഉന്നത സ്ഥാനം അലങ്കരിച്ചു പി ലങ്കേഷ് എന്ന ശിവമോഗ സ്വദേശി. 1980 മുതൽ 2000 വരെ *ലങ്കേഷ് പത്രികെ*യുടെ എഡിറ്ററായി പ്രവർത്തിച്ച അദ്ദേഹം ഇന്ത്യയിൽ ഹിന്ദുത്വ ഫാസിസത്തിനെതിരെ ആദ്യം കാലം മുതൽ മൂർച്ചയോടെ എഴുതി.

പി ലങ്കേഷ് - ഇന്ദിര ലങ്കേഷ് ദമ്പതികളുടെ മൂന്നു മക്കളിൽ മൂത്തവൾ ഗൗരി. കവിത ലങ്കേഷ് സിനിമയിൽ സജീവം. മൂന്നാമനാണ് ഇന്ദ്രജിത്. ബംഗളൂരുവിലെ തിരക്കേറിയ ഗാന്ധി ബസാറിൽ മൂന്നു നില കെട്ടിടം മൂന്നു മക്കൾക്കുമായി ലങ്കേഷ് പകുത്തുനല്കി. *ലങ്കേഷ് പത്രികെ* എന്ന വാരിക കർണ്ണാടകത്തിലെ ഏറ്റവും നല്ല സാഹിത്യ പ്രസിദ്ധീകരണമായി തിളങ്ങി നില്ക്കുന്ന കാലത്താണ് 2000 ൽ ലങ്കേഷിന്റെ ആകസ്മിക നിര്യാണം. മാസങ്ങൾക്കുള്ളിൽ *ലങ്കേഷ് പത്രികെ*യിലെ ചുമതലയിൽനിന്ന് മൂത്ത സഹോദരി ഗൗരിയെ ഇന്ദ്രജിത് പുറന്തള്ളി. ഇതുമുൻകൂട്ടി കണ്ടുകൊണ്ടുതന്നെ ഗൗരി പുതിയ മാസിക രജിസ്റ്റർ ചെയ്യാനുള്ള ശ്രമം തുടങ്ങിയിരുന്നു. *ഗൗരി ലങ്കേഷ് പത്രിക* എന്ന പേരിൽ പുതിയ മാസിക രണ്ടുമാസത്തിനകം പുറത്തിറങ്ങി. ഒരു ശിവരാത്രി നാളിലായിരുന്നു പ്രകാശനം. ലങ്കേഷിനോടുള്ള ആഭിമുഖ്യം കൊണ്ടുതന്നെ ആയിരങ്ങളാണ് പ്രകാശന ചടങ്ങിൽ പങ്കെടുത്തത്. അക്കാലത്ത് *ദ ഹിന്ദു*വിലും *ടൈംസ് ഓഫ് ഇന്ത്യ*യിലും ഇ ടി വിയിലും മറ്റും പ്രവർത്തിച്ച ഗൗരി സാമൂഹിക പ്രവർത്തനത്തിൽ അത്ര സജീവമായിരുന്നില്ല. കന്നട ഭാഷയിലും നൈപുണ്യം കുറവ്. എന്നാൽ ഗൗരി *ലങ്കേഷ് പത്രികെ* എന്ന മാസികയെ പ്രാന്തസ്ഥിതരായ ജനവിഭാഗങ്ങളുടെ ജിഹ്വയാക്കി മാറ്റണമെന്നും അച്ഛന്റെ പാതയിൽ ഉറച്ചുനില്ക്കണമെന്നുമുള്ള നിശ്ചയദാർഢ്യം അവരെ കന്നഡയിലെ മികച്ച എഴുത്തുകാരിയാക്കി. സംഘപരിവാറിന്റെ വർഗ്ഗീയ ശ്രമങ്ങളെ തുറന്നു കാട്ടുന്ന വീറുറ്റ ലേഖനങ്ങൾ *ഗൗരി ലങ്കേഷ് പത്രികെ*യെ കന്നഡയിലെ മറ്റ് പ്രസിദ്ധീകരണങ്ങളിൽനിന്ന് വേറിട്ടുനിർത്തി. ബി ജെ പി നേതാക്കളുടെ അഴിമതിയും സമൂഹത്തെ വർഗ്ഗീയമായി ധ്രുവീകരിക്കാനുള്ള ആർ എസ് എസ് പദ്ധതികളും പതിനാറു പേജ് മാത്രമുള്ള ഈ ടാബ്ലോയ്ഡിൽ അവർ തുറന്നുകാട്ടി.

കൽബുർഗിയുടെ കൊലപാതകത്തോടെ സംഘപരിവാറിനെതിരെ വിമർശനത്തിന്റെ വാളിന് മൂർച്ച കൂട്ടി. ഒരു പരസ്യം പോലും വാങ്ങില്ലെന്ന വാശിയിലായിരുന്നു ഗൗരി. ഇരുപതിനായിരത്തോളം വരിക്കാരുള്ള വാരിക വിറ്റു കിട്ടുന്ന പണം മാത്രമായിരുന്നു വരുമാന സ്രോതസ്സ്. ജീവനക്കാർക്ക് ശമ്പളം നല്കാൻ അത് തികയാതെ വരുമ്പോൾ മറ്റ് ഇംഗ്ലീഷ് പത്രങ്ങളിൽ എഴുതുന്ന കോളത്തിന് ലഭിക്കുന്ന പ്രതിഫലവും പുസ്തകങ്ങളുടെ റോയൽറ്റിയും മറ്റും വാരികയുടെ അക്കൗണ്ടിലേക്ക്

മാറ്റും. ഗൗരി ലങ്കേഷിന്റെ നിലപാടുകളെ പിന്തുണയ്ക്കുന്ന ഒരുകൂട്ടം മാധ്യമപ്രവർത്തകരുടെയും ജീവനക്കാരുടെയും പിന്തുണ ഒന്നുകൊണ്ട് മാത്രമാണ് മുടങ്ങാതെ ഓരോ ആഴ്ചയും വാരിക ഇറക്കാൻ സാധിച്ചത്. ഒരാൾ പോലും ഗൗരിയോട് ശമ്പളം കൂട്ടിച്ചോദിച്ചില്ല. ഗൗരി അവർക്ക് തൊഴിലുടമയായിരുന്നില്ല. സുഖത്തിലും ദുഃഖങ്ങളിലും ഒപ്പം നില്ക്കുന്ന സഖാവും നേതാവുമായിരുന്നു.

പക്ഷേ, ഇനിയെത്ര നാൾ സാഹസികമായ ഈ മാധ്യമ സംരംഭം കൊണ്ടുപോകാനാകുമെന്ന ചോദിക്കുമ്പോൾ മാധ്യമപ്രവർത്തകരായ ചന്ദ്ര ഗൗഡയ്ക്കും സതീഷിനും മാനേജർ രാജുവിനും ഉത്തരമില്ല. മുന്നോട്ടുപോകുക പ്രയാസം എന്ന മറുപടി അവരുടെ മൗനത്തിൽ വായിച്ചെടുക്കാം. *ഗൗരി ലങ്കേഷ് പത്രികെ*യുടെ ഓൺലൈൻ എഡിഷൻ പുറത്തിറക്കാനുള്ള ശ്രമത്തിലായിരുന്നു ഗൗരി ലങ്കേഷ്. അതിനായുള്ള ചർച്ചകൾ തുടരുന്നതിനിടയ്ക്കാണ് അവരെ ദാരുണമായി കൊലപ്പെടുത്തിയത്.

അഞ്ചുവർഷം മാത്രം നീണ്ടു നിന്ന ദാമ്പത്യമായിരുന്നു ഗൗരിയുടേത്. *ടൈംസ് ഓഫ് ഇന്ത്യ*യുടെ വാഷിങ്ടൻ ഡിസി ലേഖകനും ഫോറിൻ ഒപ്പീനിയൻ കോളമിസ്റ്റുമായ ചിദാനന്ദ് രാജ്ഘട്ട തന്റെ ആദ്യഭാര്യയെക്കുറിച്ച് *ടൈംസ് ഓഫ് ഇന്ത്യ*യിൽ ഇങ്ങനെ വികാരഭരിതമായി എഴുതി.

> ആത്മാവിനെയും മരണാനന്തര ജീവിതത്തെയും പറ്റിയൊക്കെ അനുശോചനങ്ങളിൽ പറയുന്നത് വായിക്കുകയാണെങ്കിൽ ഗൗരി പൊട്ടിച്ചിരിക്കും. കുറഞ്ഞ പക്ഷം അടക്കിച്ചിരിക്കുകയെങ്കിലും ചെയ്യും. സ്വർഗ്ഗവും നരകവുമൊക്കെ ആവശ്യംപോലെ ഈ ഭൂമിയിലുണ്ടെന്ന് ചിന്തിക്കാനായിരുന്നു കൗമാരം മുതൽ ഞങ്ങൾക്കിഷ്ടം. പിന്നെ, ഒരു കാരണവശാലും മറ്റുള്ളവരെ വേദനിപ്പിക്കരുതെന്നും ഞങ്ങൾക്ക് നിർബ്ബന്ധമുണ്ടായിരുന്നു. പ്രേമബദ്ധരായി അഞ്ചുവർഷവും ഭാര്യാഭർത്താക്കന്മാരായി അഞ്ചുവർഷവും ഞങ്ങൾ ജീവിച്ചു. ഇരുപത്തേഴ് വർഷം മുമ്പ് വിവാഹബന്ധം വേർപെടുത്തിയിട്ടും ഉറ്റ സുഹൃത്തുക്കളായി തുടർന്നതിനു പിന്നിൽ ഈ കാഴ്ചപ്പാടായിരുന്നു.
>
> യുക്തിചിന്തയുടെ ഈറ്റില്ലമായ നാഷണൽ കോളേജിൽ കണ്ടുമുട്ടിയ ഞങ്ങൾ യുക്തിവാദി ചിന്താജ്വാലകൾ കൈയ്യിലേന്തി അന്നു തന്നെ പോരാടിയത് ആൾദൈവങ്ങൾക്കും അന്ധവിശ്വാസങ്ങൾക്കുമെതിരെയായിരുന്നു. ഡോ. എച്ച് നരസിംഹയ്യ, ശ്രീലങ്കൻ യുക്തിവാദി അബ്രഹാം കോവൂർ എന്നിവരായിരുന്നു യുക്തിചിന്തയുടെ ആദ്യപഥികർ. അന്ന് കൗമാരക്കാലം മുതൽ വിവിധ തരത്തിലുള്ള ആൺപെൺ ആൾദൈവങ്ങളെയും കപടവേഷക്കാരെയും തട്ടിപ്പുകാരയെും അന്ധവിശ്വാസങ്ങളെയും ആവേശപൂർവ്വം ഞങ്ങൾ എതിർത്തു.

യുക്തിവാദികളെയും അവിശ്വാസികളെയുമാണ് മതഭ്രാന്തരുടെ തോക്ക് ഉന്നംവയ്ക്കുന്നത്. വിൽ ഡ്യൂറന്റിനെ മുതൽ ഗ്രഹാം ഗ്രീനിനെ വരെ ഞങ്ങൾ ഒരുമിച്ചിരുന്ന് വായിച്ചു. ഡിലന്റെയും ബീറ്റിൽസിന്റെയും ഗാനങ്ങൾ ഒരുമിച്ചിരുന്നു മൂളി. കാൾ സാഗനെ വായിച്ചും കണ്ടും ചന്ദ്രനില്ലാത്ത ആകാശത്തെ നക്ഷത്രരാജികളെ നോക്കിയും ചേർന്നിരുന്നു.

സാമൂഹിക ജീവിതത്തിലെന്ന പോലെ വ്യക്തിജീവിതത്തിലും ഗൗരി ഉയർത്തിപ്പിടിച്ച അനന്യമായ മൂല്യബോധത്തിന്റെ തെളിവാണ് ചിദാനന്ദ് രാജ്ഘട്ടയുടെ ഈ വാക്കുകൾ. ചിദാനന്ദ് ബംഗളൂരുവിൽ വരുമ്പോഴൊക്കെ ഗൗരിയെ ഓഫീസിൽ വന്ന് കാണുമായിരുന്നുവെന്ന് ഇരുവരുടെയും സുഹൃത്തായ ശിവ സുന്ദർ പറഞ്ഞു. അവർ ലോക രാഷ്ട്രീയത്തെക്കുറിച്ചും വർഗ്ഗീയതയെക്കുറിച്ചും ചൂടേറിയ ചർച്ചകൾ നടത്തും. രാജ്ഘട്ടയുടെ നിലപാടുകളെ തുറന്നെതിർക്കും. ഭക്ഷണം കഴിച്ച് പിരിയും. രാജ്ഘട്ടയുടെ മൂന്നാം ഭാര്യയുമായും ഗൗരി ഊഷ്മള സൗഹൃദം പുലർത്തി- അദ്ദേഹം പറഞ്ഞു.

ഗൗരിയുടെ വധവും കൽബുർഗിയുടെ വധവും തമ്മിലുള്ള സാദൃശ്യമാണ് പ്രത്യേക അന്വേഷണ സംഘം ഇപ്പോൾ പരിശോധിക്കുന്നത്. ധാബോൽക്കർ, പൻസാരെ, കൽബുർഗി എന്നീ പ്രമുഖ ബുദ്ധിജീവികളുടെയും ഗൗരി ലങ്കേഷിന്റെയും വധം തെളിയിക്കുന്നത് ഹിന്ദുത്വ വർഗ്ഗീയ ശക്തികൾക്കെതിരെ എഴുതുന്നവരെയും ചിന്തിക്കുന്നവരെയും ഉന്മൂലനംചെയ്യാനുള്ള സംഘപരിവാർ പദ്ധതിയാണ്.

# ഗൗരി ലങ്കേഷിന്റെ കൊലപാതകം ഓർമ്മിപ്പിക്കുന്നത്

## എ കൃഷ്ണകുമാരി

ഗൗരി ലങ്കേഷിന്റെ കൊലപാതകം ഏതെങ്കിലും ക്രിമിനലുകൾ ചെയ്തൊരു നിയമ വിരുദ്ധ പ്രവർത്തനം മാത്രമായി നമുക്ക് കാണാനാവില്ല. ഇന്ത്യയിൽ ഇന്ന് പടർന്നു പന്തലിച്ചുകൊണ്ടിരിക്കുന്ന ഫാസിസ്റ്റ് ശക്തികളുടെ കടന്നാക്രമണമായി വേണം വിലയിരുത്താൻ. സംഘപരിവാറിന്റെ കടുത്ത വിമർശകയായ ഇവരെ പത്രപ്രവർത്തക എന്ന നിലയിൽ മാത്രമല്ല ഫാസിസ്റ്റുകൾ ഭയപ്പെട്ടിരുന്നത്. ഇവരുടെ സാമൂഹിക പ്രവർത്തനങ്ങൾ എക്കാലത്തും ഫാസിസ്റ്റു ശക്തികൾക്ക് ഒരു വെല്ലുവിളിയായിരുന്നു. കേന്ദ്ര ഭരണത്തിനെതിരെ ശബ്ദമുയർത്തുന്നവരെയും ഭിന്നസ്വരമുയർത്തുന്നവരെയും യാതൊരു വിധത്തിലും ജീവിക്കാനനുവദിക്കില്ല എന്ന വർഗ്ഗീയ ശക്തികളുടെ ഭീഷണിയുടെ ഇരയാണ് ഗൗരി ലങ്കേഷ്. 2017 സെപ്തംബർ 5 ന് വൈകിട്ട് വീട്ടിലെത്തിയാണ് അക്രമികൾ ഗൗരി ലങ്കേഷിനെ വെടിവെച്ചുകൊന്നത്. നിലപാടുകളിൽ ഒത്തുതീർപ്പിനു തയ്യാറല്ലാത്ത ധിഷണാശാലിയായിരുന്നു ഗൗരി. നിഷ്പക്ഷതയെന്ന കാപട്യം വെടിഞ്ഞ് സ്വാഭിപ്രായം നിർഭയം പ്രകടിപ്പിച്ച ഈ ധീരയായ പത്രപ്രവർത്തകയ്ക്ക് ഇങ്ങനെയൊരു ദാരുണ അന്ത്യം വിധിച്ചവരെ നയിച്ചത് ഫാസിസ്റ്റ് ചിന്തയാണ്. അസഹിഷ്ണുതയുടെ പ്രത്യയശാസ്ത്രത്തിൽനിന്ന് എന്തു നീതിബോധമാണ് പ്രതീക്ഷിക്കാനാകുക. ഇന്ത്യ എല്ലാ ഇന്ത്യക്കാരുടേതുമാണെന്ന് ചിന്തിക്കുന്ന ഗൗരിക്ക് ഒരിക്കലും സംഘപരിവാർ ചെയ്തികളോട് സന്ധിചെയ്യാനാകില്ല. “എന്റെ ഭരണഘടന എന്നെ പഠിപ്പിച്ചത് മതനിരപേക്ഷതയാണ്. വർഗ്ഗീയതയ്ക്കെതിരെ പോരാടുകയെന്നത് എന്റെ അവകാശമാണ്” ഇങ്ങനെ ചിന്തിക്കുന്ന ഗൗരിയുടെ ആശയങ്ങൾ ബി ജെ പിക്കെതിരായ ചാട്ടുളികളായി മാറുന്നതാണ് നമ്മൾ കണ്ടത്. സംഘപരിവാറുകാരുടെ തോക്കിൽ റേഞ്ചു

കൾ അകലെയല്ലെന്ന് അറിയാമായിരുന്നിട്ടും നേരിനുവേണ്ടി ഗൗരിയുടെ ശബ്ദം എല്ലായ്പ്പോഴും ഉയർന്നുകൊണ്ടേയിരുന്നു.

> മോദിഭക്തരും ഹിന്ദുത്വ ബ്രിഗേഡും കൊലപാതകങ്ങളെ സ്വാഗതം ചെയ്യുകയാണ്; കൽബുർഗിയുടേതുപോലെ, മരണങ്ങൾ ആഘോഷിക്കുകയാണ്. യു ആർ അനന്തമൂർത്തി മരിച്ചപ്പോൾ മധുരം നല്കി നൃത്തംവെച്ചതുപോലെ. മോദിയേയും അവരുടെ പ്രത്യയശാസ്ത്രത്തേയുംകുറിച്ചു പറയുന്ന എന്റെ വായടപ്പിക്കാനും ഏതുവിധേനയും അവർ ശ്രമിക്കും.

ഇതായിരുന്നു ഗൗരി ലങ്കേഷിന്റെ ശക്തമായ വാക്കുകൾ.

ഇന്ത്യ ഒരു ഹിന്ദുമത രാഷ്ട്രമാകരുതെന്ന ആഗ്രഹം തുറന്നു പറഞ്ഞതിനാണ് ഗാന്ധിജി മുതൽ ഗൗരി ലങ്കേഷ് വരെ നിരവധി പേരുടെ ജീവൻ സംഘപരിവാറുകാർ കവർന്നത്. മികച്ച എഴുത്തുകാരനും ചിന്തകനുമായിരുന്നു ഗൗരിയുടെ അച്ഛൻ ലങ്കേഷ്. 1980 ലാണ് അദ്ദേഹം *ലങ്കേഷ് പത്രിക* എന്ന പേരിൽ ഒരു ചെറുപത്രം പുറത്തിറക്കിയത്. പരസ്യമില്ലാതെയാണ് ഈ പത്രം പ്രസിദ്ധീകരിച്ചിരുന്നത് എന്ന് പ്രത്യേകം എടുത്തു പറയേണ്ടതാണ്. പരസ്യത്തിനായി പ്രസിദ്ധീകരണങ്ങൾ കോർപ്പറേറ്റുകൾക്കും രാഷ്ട്രീയക്കാർക്കും സർക്കാരിനും മുന്നിൽ തലതാഴ്ത്തേണ്ടി വരുമെന്ന് അദ്ദേഹം വിശ്വസിച്ചു. ഇത് മാധ്യമ പ്രവർത്തനത്തോടുള്ള ആത്മാർത്ഥതയെ ബാധിക്കും. പ്രചാരണത്തെ മാത്രം ആശ്രയിച്ച് പത്രം മുന്നോട്ടു കൊണ്ടുപോകാനായിരുന്നു അദ്ദേഹത്തിന്റെ ഉറച്ച തീരുമാനം.

സർക്കാർ ഭാഗം പറയുന്ന വാർത്തകൾ മാത്രം പുറത്തുവിടുന്ന *ദൂർദർശനും ആകാശവാണിയും* മാത്രമുള്ള ആ കാലത്ത് പത്രങ്ങൾക്ക് സ്വതന്ത്ര ഇടമുണ്ടായിരുന്നു. ലങ്കേഷിന്റെ മരണശേഷം ഗൗരിയുടെ സഹോദരൻ ഇന്ദ്രജിത്ത് അച്ഛന്റെ പേരിൽ പത്രം തുടർന്നുകൊണ്ടുപോകാൻ തീരുമാനിച്ചു. ഗൗരി *ഗൗരി ലങ്കേഷ് പത്രിക* എന്ന പേരിൽ പുതിയ പത്രവും തുടങ്ങി.

16 വർഷത്തെ മാധ്യമ പ്രവർത്തന പരിചയവുമായാണ് ഗൗരി പുതിയ പത്രം തുടങ്ങിയത്. ഇലക്ട്രോണിക്സ് മാധ്യമ മേഖല വേരൂന്നി കഴിഞ്ഞതിനാൽ ഈ പത്രവുമായി മുന്നോട്ടു പോകാൻ ഗൗരി ഏറെ വിഷമിച്ചു. തന്റെ അച്ഛന്റെ ആശയങ്ങളെ മുറുകെപ്പിടിക്കാൻ ഗൗരി എന്നും ശ്രദ്ധിച്ചിരുന്നു. മതനിരപേക്ഷത, ദളിതുകളുടെ അവകാശങ്ങൾ, അടിച്ചമർത്തപ്പെട്ടവരുടെയും സ്ത്രീകളുടെയും അവകാശങ്ങൾ എന്നിവയ്ക്കായി ഗൗരിയുടെ പത്രം നിലകൊണ്ടു. വലതുപക്ഷ രാഷ്ട്രീയത്തെയും ഗൗരി ശക്തമായി വിമർശിച്ചു. ഇന്നിന്റെ ശബ്ദമായി സാമൂഹിക മാധ്യമങ്ങൾ മാറിയപ്പോൾ അതിലൂടെ തന്റെ അഭിപ്രായങ്ങൾ ഭയമില്ലാതെ വിളിച്ചു പറയാനും അവർ മടിച്ചില്ല. സമീപകാലത്ത് രാജ്യത്ത് ഉയർന്നുവന്ന പല പ്രശ്നങ്ങളിലും ഗൗരിയും അവർ പ്രസിദ്ധീകരിച്ചി

*ഗൗരിലങ്കേഷിന്റെ മരണത്തിൽ പ്രതിഷേധിച്ചു നടന്ന പ്രകടനം*

രുന്ന പത്രവും വ്യക്തവും ശക്തവുമായ നിലപാടുകൾ എടുത്തിരുന്നു. പ്രത്യേകിച്ചും രാജ്യത്ത് വളർന്നുവരുന്ന പുത്തൻ സങ്കുചിത ദേശീയ വാദം, വിമത ശബ്ദങ്ങൾ ഉയർത്തുന്നവരെ രാജ്യദ്രോഹികൾ എന്ന് മുദ്രകുത്തി അപരവല്ക്കരിക്കുന്ന രീതി, ഇതിനെയെല്ലാം അവർ തന്റെ പത്രത്തിലൂടെ ശക്തമായി എതിർത്തിരുന്നു. അതു മാത്രമല്ല; ജാതീയമായി അടിച്ചമർത്തപ്പെടുന്നവരോടും വർഗ്ഗീയ വിഭാഗീയതയുടെ ഇരകളോടും ഐക്യദാർഢ്യം പ്രകടിപ്പിക്കാനും ഗൗരി തയ്യാറായിരുന്നു. രാജ്യത്തുനിന്നും അന്യമായിക്കൊണ്ടിരിക്കുന്ന മൂല്യാധിഷ്ഠിത പത്രപ്രവർത്തനത്തെ നവീകരിക്കാനും സജീവമാക്കാനുമാണ് ഗൗരി പരിശ്രമിച്ചത്.

ഇഷ്ടപ്പെട്ട വ്യക്തികളെയും ആശയങ്ങളെയും വൈകാരികമായി ത്തന്നെ സമീപിക്കാനും അവർ ഒരിക്കലും മടികാണിച്ചില്ല. കഴിഞ്ഞവർഷം കനയ്യകുമാറിന്റെ പ്രസംഗം കേട്ടപ്പോൾ ഗൗരി അദ്ദേഹത്തെ ബംഗളൂരുവിലേക്ക് ക്ഷണിച്ചു. കനയ്യകുമാറിനെ മകനെന്നാണ് അവർ വിശേഷിപ്പിച്ചത്. നക്സൽ, ദേശദ്രോഹി, ഹിന്ദു വിരുദ്ധ എന്നെല്ലാം ഗൗരിയെ ശത്രുക്കൾ അധിക്ഷേപിച്ചു. ട്രോളുകളും ഇറക്കി. ഇതൊന്നും ഗൗരിയെ തെല്ലും ബാധിച്ചിരുന്നില്ല. എല്ലാ വെല്ലുവിളികൾക്കുമുള്ള ഗൗരിയുടെ മറുപടി ഇതായിരുന്നു – "ഇതെല്ലാം അറിയുന്നവർ മിണ്ടാതിരിക്കുകയാണ്. ഞാൻ എനിക്ക് പറയാനുള്ളതെല്ലാം പറയും. ഭീഷണികൾക്ക് പകരം വാക്കുകൾകൊണ്ട് തർക്കിക്കാൻ എതിരാളികൾ പഠിക്കട്ടെ."

തനിക്കു നേരെയും വെടിയുണ്ട വരാമെന്ന തിരിച്ചറിവുണ്ടായിട്ടും

ധീരമായ മാധ്യമ പ്രവർത്തനത്തിൽനിന്നും സാമൂഹിക പ്രവർത്തനത്തിൽ നിന്നും അവർ ഒരിക്കലും പിന്മാറിയില്ല. ജനാധിപത്യത്തിന്റെ ശ്രീകോവിൽ എന്ന വിശേഷണമുള്ള ഇന്ത്യയിൽ കാടത്തം വളരുകയാണെന്ന തിരിച്ചറിവ് മനസ്സിലാക്കാൻ വൈകരുതെന്ന ഗൗരിയുടെ താക്കീത് ഇപ്പോൾ യാഥാർത്ഥ്യമായി. സ്വന്തം ജീവൻകൊണ്ട് ആ വലിയ സന്ദേശം രാജ്യത്തിന് നല്കിയിരിക്കയാണ് ഗൗരി. അവർ ഗൗരിയെ കൊന്നു, പക്ഷേ, ഗൗരിയുടെ തൂലികയിൽനിന്നും ഉതിർന്ന അക്ഷരങ്ങളെ വെടിവെച്ചുകൊല്ലാൻ ഒരു ഫാസിസ്റ്റ് ശക്തികൾക്കും ഒരിക്കലും സാധിക്കില്ല.

വർഗ്ഗീയവാദികളുടെ ഗോരക്ഷാ കലാപത്തിൽ ജനങ്ങളും മാധ്യമങ്ങളും രാജ്യവും അപകടത്തിലാണെന്ന് ഗൗരിയുടെ കൊലപാതകം നമ്മെ വീണ്ടും വീണ്ടും ഓർമ്മിപ്പിക്കുന്നു. പ്രതികരിക്കുക എന്നതാണ് പ്രാഥമിക കർത്തവ്യം. ചെറുത്തു നില്ക്കുക എന്നതാണ് ചുമതല. രാജ്യത്തിന്റെ ഭരണം ഫാസിസ്റ്റ് ശക്തികളുടെ കൈയിലാണ്. ഭൂരിഭാഗം സംസ്ഥാനങ്ങളിലും അവരുടെ ഭരണമാണ് നടക്കുന്നത്. ഭയത്തിന്റെ റിപ്പബ്ലിക് സൃഷ്ടിക്കാനാണ് അവരുടെ ശ്രമം. ഈ രാജ്യത്തിന്റെ ജനാധിപത്യ മൂല്യങ്ങളുടെ തലയോട്ടി തകർക്കുകയാണ് ലക്ഷ്യം. ചോദ്യങ്ങൾ ചോദിക്കുന്നവരെ അവർ ഭയപ്പെടുത്തും. വിയോജിപ്പുകൾക്കും വിമർശനങ്ങൾക്കും വെടിയുണ്ടകൾകൊണ്ടു മറുപടി നല്കുന്നവരെ പ്രോത്സാഹിപ്പിക്കുന്ന സർക്കാരാണ് കേന്ദ്രം ഭരിക്കുന്നത്. മാധ്യമ പ്രവർത്തകർ വിവരാവകാശ പ്രവർത്തകർ, ബുദ്ധിജീവികൾ, പുരോഗമന ആശയക്കാർ തുടങ്ങി എല്ലാവരെയും സംഘപരിവാറുകാർ വകവരുത്തും. പിഞ്ചുകുഞ്ഞുങ്ങൾ പ്രാണവായുകിട്ടാതെ മരിക്കുമ്പോഴും ഈ ശക്തികൾ രാജ്യസ്നേഹം തെളിയിക്കാനായി *വന്ദേമാതരം* പാടണമെന്ന് ആവശ്യപ്പെടും. ഗാന്ധിജിയെ കൊലപ്പെടുത്തിയ തോക്ക് നിർത്താതെ വെടിയുണ്ട ഉതിർത്തുകൊണ്ടേയിരിക്കും. നീതിക്കും തുല്യതയ്ക്കും വേണ്ടിയുള്ള പോരാട്ടങ്ങൾ കൂടുതൽ ശക്തിപ്പെടുത്തണമെന്ന സന്ദേശമാണ് ഗൗരിയുടെ കൊലപാതകം നമുക്കു തരുന്ന സന്ദേശം.

രാജ്യത്ത് പശുവിന്റെ പേരിൽ മനുഷ്യനെ കൊന്നത് വർഗ്ഗീയ കലാപങ്ങൾക്ക് തിരികൊളുത്താനായിരുന്നു. ട്രെയിനുകൾക്ക് തീവെച്ചും സ്ഫോടനങ്ങൾ നടത്തിയും വ്യാജ ഏറ്റുമുട്ടലുകൾ വഴിയും എവിടെയെല്ലാം ചോരപ്പുഴകൾ ഒഴുക്കി. എത്ര തവണ വംശഹത്യകൾക്ക് തയ്യാറായി. അധികാരത്തിന്റെ ചവിട്ടുപടിയായി ഈ അധമ രാഷ്ട്രീയം വീണ്ടും പ്രയോഗിക്കുകയാണ് സംഘപരിവാറുകാർ. ഹിന്ദുത്വ രാഷ്ട്രീയത്തെ എന്നും തീണ്ടാപ്പാടകലെ നിർത്തുന്ന കേരളത്തിൽ പോലും ബി ജെ പി അസംബന്ധ നാടകങ്ങൾക്ക് അരങ്ങൊരുക്കാൻ ശ്രമിക്കുകയാണ്. കേന്ദ്രത്തിലെ ബി ജെ പി ഭരണവും മോദി-അമിത് ഷാ കൂട്ടുകെട്ടും ചേർന്ന് രാജ്യത്താകെ സൃഷ്ടിക്കുന്നത് ആപല്ക്കരമായ അന്തരീക്ഷമാണ്. എതിർക്കുന്നവരെ കൊന്നും ഭയപ്പെടുത്തിയും കള്ളക്കേസിൽ കുടുക്കിയും എല്ലാം വരുതിയിലാക്കുകയാണ് സംഘപരിവാർ പദ്ധതി. ഒരു

വശത്ത് എല്ലാ സാംസ്കാരിക സ്ഥാപനങ്ങളും കാവിവല്ക്കരിക്കുക, സ്ഥാനമാനങ്ങൾ വെച്ചുനീട്ടി ആളുകളെ ഒപ്പം നിർത്തുക, വഴങ്ങാത്തവരെ ഭീഷണിപ്പെടുത്തി നിശ്ശബ്ദരാക്കുക - ഇതാണ് സംഘപരിവാർ തന്ത്രം. സ്വതന്ത്രമായ നിലപാടുകളിലൂടെ സംഘപരിവാർ അജണ്ടകൾ തുറന്നുകാട്ടുന്നവരെ വകവരുത്തുക, മഹാരാഷ്ട്രയിൽ നരേന്ദ്ര ധാബോൽക്കർ, ഗോവിന്ദ് പൻസാരെ, കർണ്ണാടകയിൽ എം എം കൽബുർഗി, ഒടുവിൽ ഗൗരി ലങ്കേഷും. വധഭീഷണിയുടെ നിഴലിൽ കഴിയുന്ന ഒട്ടേറെ പേർ വേറെയുമുണ്ട്. രണ്ടു വർഷം പിന്നിട്ടിട്ടും കൽബുർഗിയുടെ ഘാതകരെക്കുറിച്ച് ഇതുവരെയും യാതൊരു സൂചനയും ലഭിച്ചിട്ടില്ല. മുൻകാലത്ത് നടന്ന കൊലപാതകങ്ങളിൽ വർഷങ്ങൾ കഴിഞ്ഞിട്ടും തുമ്പൊന്നും ലഭിക്കാത്തതും ഗൗരിയുടെ കൊലപാതകത്തിന് കാരണമായി കരുതാവുന്നതാണ്.

# ഇന്ത്യ: മാധ്യമ സ്വാതന്ത്ര്യം അപകടത്തിൽ

## ആർ എസ് ബാബു

**മാ**ധ്യമ സ്വാതന്ത്ര്യവും മാധ്യമപ്രവർത്തകരുടെ ജീവനും പരസ്പരബന്ധിതമാണ്. ഇന്ത്യയിൽ കഴിഞ്ഞ നാലു വർഷത്തിനിടെ കൊല്ലപ്പെട്ടത് 22 മാധ്യമപ്രവർത്തകരാണ്. ലോകത്ത് മാധ്യമ സ്വാതന്ത്ര്യം ഏറ്റവും അപകടത്തിലായ രാജ്യങ്ങളിൽ ഒന്നായി ഇന്ത്യ മാറി. അതുകൊണ്ടാണ് ബംഗളൂരുവിൽ മുതിർന്ന മാധ്യമ പ്രവർത്തകയും പുരോഗമനവാദിയുമായ ഗൗരി ലങ്കേഷ് പത്രപ്രവർത്തനത്തിനുള്ള ശിക്ഷയായി വെടികൊണ്ട് കൊല്ലപ്പെട്ടത്. അസഹിഷ്ണുതയുടെയും വെറുപ്പിന്റെയും രാഷ്ട്രീയം എത്രമാത്രം അപകടകരമായ ഘട്ടത്തിൽ എത്തിയെന്ന് ഈ സംഭവം നമ്മെ ബോദ്ധ്യപ്പെടുത്തുന്നു. ആര് കൊന്നുവെന്നതിന് അപ്പുറം ഒരു സ്വതന്ത്ര മാധ്യമപ്രവർത്തകയെ അരുംകൊലചെയ്യാനുള്ള ലൈസൻസ് അസഹിഷ്ണുതയുടെ ശക്തികൾക്ക് ലഭിച്ചിരിക്കുന്നുവെന്നതാണ് പ്രധാനം.

സ്വയം സമർപ്പിത സേനാംഗങ്ങളാണോ, വാടക കൊലയാളികളാണോ അതോ കുടുംബത്തിലെ ഒറ്റുകാരാണോ എന്നതെല്ലാം പൊലീസ് അന്വേഷണം പുറത്തുകൊണ്ടുവരട്ടെ. 2015 ആഗസ്ത് 30 ന് വിദ്യാഭ്യാസ വിചക്ഷണനും യുക്തിചിന്തകനുമായ എം എം കൽബുർഗിയുടെ കൊലയാളികളെ വെളിച്ചത്താക്കാത്തതുപോലെ ഈ കേസന്വേഷണവും പര്യവസാനിക്കുമോ എന്ന ആശങ്കയും ശേഷിക്കുന്നു. കൽബുർഗിയുടെ ഗതി തനിക്കും വരുമോയെന്ന ചിന്ത ഗൗരി ലങ്കേഷിന് ഉണ്ടായിരുന്നു. പക്ഷേ, തന്റെ വാക്കുകളെ ഭയത്തിന് അവർ കീഴടക്കിയില്ല. ബംഗളൂരു മുതൽ ഡൽഹിവരെയും തിരിച്ചും മാധ്യമ പ്രവർത്തകയായി ഗൗരി സേവനം അനുഷ്ഠിച്ചിരുന്നു.

ഡൽഹിയിൽ *ടൈംസ് ഓഫ് ഇന്ത്യ*യിൽ ട്രെയിനിയായും *ഈ നാട്*

ടി വിയുടെ കർണ്ണാടക പ്രതിനിധിയായും പ്രവർത്തിച്ചു. ദേശാഭിമാനിയായ പത്രാധിപരും വിപ്ലവകാരിയുമായ അച്ഛൻ ലങ്കേഷിന്റെ മരണത്തെത്തുടർന്നാണ് അച്ഛൻ നടത്തിയ വാരികയുടെ ചുമതല ഏറ്റെടുക്കുന്നത്. പിന്നീട് സഹോദരന്റെ പിന്തിരിപ്പൻ മനസ്സ് സൃഷ്ടിച്ച തടസ്സങ്ങളെ മറികടന്ന് *ഗൗരി ലങ്കേഷ് പത്രികയു*മായി ഗൗരി ചിന്താവിപ്ലവം സൃഷ്ടിച്ചു. ഹിന്ദുത്വ ശക്തികളുടെ ക്യാമ്പിലായ സഹോദരന്റെ നിലപാടുകൾ ഗൗരിയുടെ രക്തസാക്ഷിത്വത്തിനുശേഷവും കറുപ്പ് പടർത്തുന്നതാണ്. യഥാർത്ഥ ദേശസ്നേഹികളും മാനവിക മൂല്യങ്ങൾ ഉയർത്തിപ്പിടിക്കുന്നവരുമായ മാധ്യമ പ്രവർത്തകരെ വകവരുത്തി രാജ്യത്ത് മാധ്യമങ്ങളുടെ സ്വതന്ത്ര ശബ്ദം അമർച്ച ചെയ്യാനാണ് ഭരണകൂടത്തിന്റെ സഹായത്തോടെ ഫാസിസ്റ്റ് ശക്തികൾ യത്നിക്കുന്നത്.

ഒരു ഭാഗത്ത് സ്വതന്ത്ര മാധ്യമപ്രവർത്തകരെ വകവരുത്തിയും മറുഭാഗത്ത് മാധ്യമ സ്ഥാപനങ്ങളെ ഭരണകൂട സംവിധാനങ്ങൾ ഉപയോഗിച്ച് വേട്ടയാടിയും രാജ്യത്ത് ഭീതിയുടെ അന്തരീക്ഷം സൃഷ്ടിച്ചിരിക്കുന്നു. ഇങ്ങനെ നരേന്ദ്രമോദി ഭരിക്കുന്ന ഇന്ത്യ ഭീതിയുടെ റിപ്പബ്ലിക്കായിരിക്കുകയാണ്. പ്രസ് ഫ്രീഡം ഇൻഡക്സിൽ 180 രാജ്യങ്ങളുടെ പട്ടികയിൽ 136-ാം സ്ഥാനത്താണ് ഇന്ത്യ. അഫ്ഗാനിസ്ഥാൻ 120-ാം സ്ഥാനത്താണ്. പാകിസ്ഥാൻ 139-ാം സ്ഥാനത്തും. പാരീസ് ആസ്ഥാനമായ മാധ്യമ സംഘടനയായ റിപ്പോർട്ടേഴ്സ് സാൻസ് ഫ്രോണ്ടിയേഴ്സ് 2017 ൽ തയ്യാറാക്കിയതാണ് പട്ടിക. 2016 ലെ പ്രസ് ഫ്രീഡം ഇൻഡക്സിൽ ഇന്ത്യയുടെ ഇടം 133 ആയിരുന്നു. ഒരു വർഷത്തിനുള്ളിൽ മൂന്നുപടി താഴെയായി. ഈ അപമാനകരമായ അവസ്ഥ പുറത്തുവന്നശേഷമാണ് ഗൗരി ലങ്കേഷിന്റെ കൊലപാതകം നടന്നത്. ഇത് ഇന്ത്യയിൽ ഇന്നത്തെ സാഹചര്യത്തിൽ മാധ്യമ സ്വാതന്ത്ര്യം അപകടത്തിലാണെന്നുള്ള അന്തർദ്ദേശീയ മാധ്യമ പഠന സ്ഥാപനത്തിന്റെ വിലയിരുത്തൽ അക്ഷരംപ്രതി ശരിവയ്ക്കുന്നു.

മോദി പ്രധാനമന്ത്രിയായി മൂന്നരവർഷം പൂർത്തിയാക്കുമ്പോൾ മാധ്യമ സ്വാതന്ത്ര്യം എന്തേ ഇത്രമാത്രം അപകടത്തിലായി. കപട ദേശഭക്തിയും ഗോമാതാരക്ഷയും ആപല്ക്കരമായ അവസ്ഥ സൃഷ്ടിച്ചിരിക്കുന്നു. ഇതിന്റെ പിടിയിൽ മാധ്യമ ലോകത്തെയും അമർത്തിയിരിക്കുന്നു. മാധ്യമങ്ങളിൽ ഒരു പങ്ക്, പ്രത്യേകിച്ച് ദേശീയ മാധ്യമങ്ങൾ എന്ന വിശേഷണം ഉള്ളവയിൽ നല്ലൊരു പങ്ക്, വ്യാജ വീഡിയോ നിർമ്മിച്ച് സംപ്രേഷണം ചെയ്തുപോലും ഹിന്ദുത്വ അജണ്ടയ്ക്ക് ഉശിരു പകരുന്ന ദുരവസ്ഥയിലാണ്. 2016 ഫെബ്രുവരിയിലെ ജെ എൻ യു സംഭവങ്ങളുമായി ബന്ധപ്പെട്ട് പുരോഗമന വിദ്യാർത്ഥികളെ ദേശവിരുദ്ധരായി ചിത്രീകരിക്കാൻ ഒരുകൂട്ടം ദൃശ്യമാധ്യമങ്ങൾ വ്യാജ വീഡിയോ നിർമ്മിച്ച് സംപ്രേഷണം ചെയ്തു. കനയ്യകുമാറും കൂട്ടുകാരും വിളിച്ച മുദ്രാവാക്യം വിശപ്പിൽനിന്നുള്ള മോചനത്തിനായുള്ള ആസാദി വിളിയായിരുന്നു. എന്നാൽ, അവരറിയാതെ അവരുടെ മുദ്രാവാക്യങ്ങളിൽ പാകിസ്ഥാൻ സിന്ദാബാദ്,

ആസാദി കാശ്മീർ സിന്ദാബാദ് എന്നിവ ഉൾച്ചേർത്തു. അങ്ങനെ അവരെ ദേശദ്രോഹികളാക്കാൻ ടി വി ചാനലുകൾ വ്യാജ വീഡിയോ നിർമ്മിച്ചു. *ടൈംസ് നൗ, ന്യൂസ് എക്സ്, ഇന്ത്യ ടി വി* തുടങ്ങിയ ചാനലുകളാണ് ജെ എൻ യു വിദ്യാർഥികളെ ദേശദ്രോഹികളായി ചിത്രീകരിച്ചത്. ഇന്ത്യൻ മാധ്യമങ്ങളെ കോർപ്പറേറ്റുകൾ വിഴുങ്ങുന്നതിന്റെ ദുരന്തം കൂടിയാണിത്. ഈ അനഭിമത ദുഷ്കർമ്മത്തിന് അർണബ് ഗോസ്വാമിമാരെ അണിനിരത്തിയിട്ടുണ്ട്. രാജ്യസ്നേഹികളെ രാജ്യദ്രോഹികളായി ചിത്രീകരിച്ചതിനെതിരെയുള്ള ശക്തമായ ശബ്ദമായിരുന്നു ഗൗരിയുടേത്. തന്റെ യഥാർത്ഥ മകനാണ് കനയ്യകുമാറെന്ന് ഗൗരി പറഞ്ഞു. ഇപ്രകാരമുള്ള നിലപാടുകളാണ് ഗൗരിയെ ഇല്ലാതാക്കാൻ അസഹിഷ്ണുതയുടെ ശക്തികളെ പ്രേരിപ്പിച്ചത്.

മാധ്യമ പ്രവർത്തകരിലെ ആദ്യകാല പഥികർ, ആദിമ ക്രിസ്ത്യാനികളുടെ പീഡാനുഭവത്തെ അനുസ്മരിക്കുന്ന യാതനകളിലൂടെ കടന്നുപോയവരാണ്. 1688 ലെ ഇംഗ്ലീഷ് വിപ്ലവത്തെ പ്രകീർത്തിച്ച് ലഘുലേഖ എഴുതിയ ജോൺ ടൈനിനെ അതിക്രൂരമായ പീഡനങ്ങൾക്ക് ഒടുവിൽ വെട്ടിമുറിച്ച് തീയിലെറിഞ്ഞുകൊന്നു. അങ്ങനെതന്നെ മാധ്യമ പ്രവർത്തകരെ കൈകാര്യം ചെയ്യണമെന്ന് കരുതുന്നവർ ഇന്നും ലോകത്തുണ്ടെന്ന് ഗൗരിയുടെ ഘാതകർ ബോദ്ധ്യപ്പെടുത്തുന്നു. കഴിഞ്ഞ നാലു വർഷത്തിനുള്ളിൽ ഇന്ത്യയിൽ കൊല്ലപ്പെട്ട 22 മാധ്യമ പ്രവർത്തകരുടെ ഘാതകർക്ക് ശിക്ഷയില്ല, സ്വതന്ത്ര വിഹാരത്തിനുള്ള സൗകര്യമാണ് നമ്മുടെ ഭരണകർത്താക്കൾ നല്കിയത്.

ഗുജറാത്തിൽ 2016 ൽ *ജയഹിന്ദ്* ലേഖകൻ കിഷോർ ദവെ കൊല്ലപ്പെട്ടു. യഥാർത്ഥ പ്രതികളെ പൊലീസ് പിടിച്ചില്ല. 2016 ൽ കരുൺ മിത്ര എന്ന *ജൻസന്ദേശ്* ലേഖകനെ വെടിവെച്ചു കൊന്നത് അനധികൃത ഖനനത്തിന് എതിരായ വാർത്ത നല്കിയതിനാണ്. ഇതിന് പിന്നിലെ ഖനന കരാറുകാർക്ക് ശിക്ഷയില്ല. മദ്ധ്യപ്രദേശിലെ ബാലാഘട്ട് ജില്ലയിലെ അനധികൃത ഖനനവും ഭൂമികൈയേറ്റവും വെളിച്ചത്തുകൊണ്ടുവന്നതിന് *നയി ദുനിയ* ലേഖകൻ സന്ദീപ് കോത്താരിയെ മൂവർ ഗുണ്ടാസംഘം തട്ടിക്കൊണ്ടുപോയി ജീവനോടെ പെട്രോളൊഴിച്ച് കത്തിച്ചു. *ആന്ധ്രപ്രഭ* ലേഖകനായ എം വി എൻ ശങ്കറിനെ 2014 ൽ കൊലപ്പെടുത്തി. ആന്ധ്രപ്രദേശിലെ എണ്ണ മാഫിയയാണ് കൊലയ്ക്കു പിന്നിൽ. ഇരുമ്പുവടി ഉപയോഗിച്ച് തല്ലിക്കൊല്ലുകയായിരുന്നു. പൊതുവിതരണ സമ്പ്രദായത്തിൽ മണ്ണെണ്ണ കരിഞ്ചന്ത വാർത്തയാക്കിയതിനുള്ള ശിക്ഷ.

മദ്ധ്യപ്രദേശിലെ വ്യാപം അഴിമതിയുടെ ഭാഗമായുള്ള അസ്വാഭാവിക മരണങ്ങൾ അന്വേഷിക്കുന്നതിനിടെ തീർത്തും സംശയകരമായ സാഹചര്യത്തിൽ *ആജ്തക്* ലേഖകൻ അക്ഷയ്സിങ് മരിച്ചു. ആ കേസ് ഇപ്പോൾ സി ബി ഐ അന്വേഷിക്കുകയാണ്. അഴിമതിയുടെ ശക്തികളെ എതിർക്കുന്നത് മാധ്യമ പ്രവർത്തകരുടെ കൊലപാതകത്തിന് നിദാനമാണ്.

ഉദാരവല്ക്കരണ സാമ്പത്തിക നയത്തിന്റെ ഭാഗമായി വളരുന്നതാണ് അഴിമതി. അത് തുറന്നുകാട്ടുന്ന മാധ്യമ പ്രവർത്തകരെ വകവരുത്തുവാൻ അതുകൊണ്ടുതന്നെ ആ സാമ്പത്തിക നയത്തിന്റെ പ്രയോക്താക്കളായ ഹിന്ദു ശക്തികളും കൈകോർക്കുന്നു.

സ്വതന്ത്ര മാധ്യമ പ്രവർത്തനം ജമ്മു-കശ്മീരിൽ അസാദ്ധ്യമായിരിക്കുന്നു. പുതിയ വാർത്തകളില്ലാത്ത ഇടമായി ജമ്മു-കശ്മീർ മാറി. അത്ര കടുത്ത സെൻസർഷിപ്പാണ്. സംസ്ഥാനത്ത് നടക്കുന്ന ഒരു പ്രതിഷേധ പരിപാടിയും ഒന്നാം പേജിൽ കൊടുക്കരുതെന്നാണ് സർക്കാർ കല്പന. കേന്ദ്ര ആഭ്യന്തര മന്ത്രി രാജ്നാഥ് സിങ്ങിന്റെ കശ്മീർ സന്ദർശനത്തിനു ശേഷമാണ് ഈ വ്യവസ്ഥ അടിച്ചേല്പിക്കപ്പെട്ടത്. ഭീകരമായ അടിച്ചമർത്തലും പെലറ്റ് തോക്കു കാരണം കാഴ്ച പോകുന്നതും വ്യാപകമായി സംഭവിച്ചപ്പോഴും മാധ്യമങ്ങളിൽ അതു കാണാത്തത് ഔദ്യോഗിക ഇടപെടൽകൊണ്ടാണെന്ന് കശ്മീരിലെ എഡിറ്റർമാർ വ്യക്തമാക്കിയിട്ടുണ്ട്. ഛത്തീസ്ഗഢിൽ മനുഷ്യാവകാശ ലംഘനം റിപ്പോർട്ടു ചെയ്താൽ എഴുതുന്ന ആളെ അറസ്റ്റു ചെയ്യുന്നതായി എഡിറ്റേഴ്സ് ഗിൽഡ് ചൂണ്ടിക്കാട്ടിയിട്ടുണ്ട്. ഇന്ത്യയിലെ വിവിധ സംസ്ഥാനങ്ങളിൽ ഇതാണ് അവസ്ഥ.

ഇങ്ങനെ ഭരണകൂട ഭീഷണിയിൽ ഇന്ത്യൻ മാധ്യമം അകപ്പെട്ടിരിക്കുകയാണ്. ദേശീയമായി നോക്കുമ്പോൾ ഇതിനോടു സമരസപ്പെടുന്നവരും ഇരിക്കാൻ ആംഗ്യം കാട്ടിയാൽ കിടക്കുന്നവരുമായി മാധ്യമ സ്ഥാപനങ്ങളും ഒരു പിടി മാധ്യമ പ്രമുഖരും മാറി. ഇതിന്റെ ഫലമാണ് ജെ എൻ യു വിദ്യാർത്ഥി സമരത്തിനു നേതൃത്വം കൊടുത്തവരെ രാജ്യദ്രോഹികളാക്കാൻ വ്യാജ വീഡിയോ നിർമ്മിക്കുന്നിടംവരെ ചില ദേശീയ ചാനലുകളടക്കം എത്തിയത്. അത്തരം അരുതായ്മകൾക്കു നേതൃത്വം നല്കിയ അർണാബ് ഗോസ്വാമിയുടെ നേതൃത്വത്തിൽ തുടങ്ങിയ *റിപ്പബ്ലിക്* ചാനൽ ഹിന്ദുത്വ രാഷ്ട്രീയത്തിനായുള്ള ഗീബൽസിയൻ ഉപകരണമായിരിക്കുകയാണ്. ഇതിനു പണം മുടക്കിയിരിക്കുന്നത് *ഏഷ്യാനെറ്റ് ന്യൂസ്* ഉടമയായ ബി ജെ പി എം പി രാജീവ് ചന്ദ്രശേഖറാണ്. മോദി സർക്കാരിന്റെയും ഹിന്ദുത്വ രാഷ്ട്രീയത്തിന്റെയും അതിക്രമങ്ങൾ തുറന്നുകാട്ടുന്ന മാധ്യമസ്ഥാപനങ്ങളെയും മാധ്യമ പ്രവർത്തകരെയും ഭരണകൂടം വേട്ടയാടുകയാണ്. അതാണ് എൻ ഡി ടി വി സ്ഥാപകൻ പ്രണോയ് റോയിയുടെ വസതിയിലും ചാനലിലും നടന്ന സി ബി ഐ റെയ്ഡിൽ തെളിഞ്ഞത്. നീതിക്കു വേണ്ടി ശബ്ദിക്കുന്ന മാധ്യമ പ്രവർത്തകരെ നിശ്ശബ്ദരാക്കാൻ കാവി സൈബർ സേനയെ ഇറക്കി സാമൂഹ്യ മാധ്യമങ്ങളെ ഉപയോഗിച്ചു താറടിക്കൽ പരിപാടിയും നടത്തുന്നു എന്ന പരാതി ശക്തമാണ്. രാജ്ദീപ് സർദേശായി, ബർക്ക ദത്ത് തുടങ്ങിയവർ ഇതിന് ഇരയായി. പക്ഷേ, എന്നിട്ടും തോല്ക്കാതെ അവർ മുന്നോട്ടു പോകുകയാണ്. ഇതൊക്കെയാണെങ്കിലും ഇന്ത്യയിലെ നല്ലൊരു പങ്ക് മാധ്യമ സ്ഥാപനങ്ങളുടെയും മുകളിൽ അടിയന്തരാവസ്ഥ ഇല്ലാ

തെതന്നെ ഭരണകൂടഭീതി വിതച്ചിരിക്കുന്നു. ഇതു കാരണം ഗോമാതാവ് വിഷയത്തിൽ പോലും മുഴുവൻ വാർത്തകളും പുറത്തുവരുന്നില്ല. 2016 ജൂലൈ 11 ന് ഗുജറാത്തിലെ ഉനയിൽ ദളിതർ ആക്രമിക്കപ്പെട്ട സംഭവമുണ്ടായി. ചത്ത പശുക്കളുടെ തോലുരിയുകയായിരുന്നു നാലു ദളിത് യുവാക്കൾ. അവരിൽ രണ്ടുപേർ സഹോദരങ്ങളും മറ്റുള്ളവർ ബന്ധുക്കളുമായിരുന്നു. ആ സമയത്ത് മേൽജാതിയിൽപ്പെട്ട ഒരു സംഘം യുവാക്കൾ ഗോരക്ഷയുടെ പേരിൽ അവരെ ആക്രമിച്ചു. സഹോദരങ്ങളുടെ അച്ഛനമ്മമാരെയും തല്ലി. ഗോരക്ഷ പ്രസ്ഥാനക്കാർ 'വീരശൂരത്വം' മൊബൈലിൽ പ്രചരിപ്പിച്ചു. അതുകണ്ട് നാടിളകി. ദളിതർക്ക് ഒപ്പം ആദിവാസികളും മുസ്ലീങ്ങളും കൂടി ബാബാ സാഹെബ് അംബേദ്കറുടെ 125-ാം ജന്മവാർഷികം ഗുജറാത്തിലെ വൻ പ്രക്ഷോഭത്തിന്റെ ജ്വാലയായി പടർന്നു. ദളിതർക്കും ആദിവാസികൾക്കും മുസ്ലീങ്ങൾക്കുമുള്ള കൂട്ടായ്മയുടെ അടിത്തറയായി അവർ നേരിടുന്ന പ്രശ്നങ്ങളിലുള്ള ബോധവല്ക്കരണം മാറി. എന്നാൽ ഉണർവ്വിന്റെ ഈ വസന്തത്തെ കെടുത്താനാണ് പിന്നീട് ദേശീയ മാധ്യമങ്ങൾ പൊതുവിൽ ശ്രമിച്ചത്. അങ്ങനെ ചെയ്യാൻ മാധ്യമങ്ങളെ ബൗദ്ധിക അടിമത്തത്തിലാക്കുന്ന ഭയത്തിന്റെ അന്തരീക്ഷം സൃഷ്ടിച്ചിരിക്കുകയാണ് കേന്ദ്ര ഭരണം. ഇവിടെ മാധ്യമ സ്വാതന്ത്ര്യം വെല്ലുവിളിക്കപ്പെടുന്നു.

ഇതിനാലാണ് കേന്ദ്രസർക്കാരിന്റെ ബീഫ് നിരോധന ഉത്തരവിനെതിരെ നിയമസഭ പ്രമേയം പാസാക്കിയ ഉടനെ പാകിസ്ഥാൻ എന്നു വിളിച്ച് *ടൈംസ് നൗ* ടി വി ചാനൽ കേരളത്തെ പരിഹസിച്ചത്. ഭക്ഷണ സ്വാതന്ത്ര്യത്തിന്റെ വിഷയത്തിൽപോലും ദേശീയ ചാനലുകളെന്നും ദേശീയ പത്രങ്ങളെന്നും വിളിക്കപ്പെടുന്നവ ഇന്ത്യൻ ഭരണഘടന ഉറപ്പു നല്കുന്ന ബഹുസ്വരത മൂല്യങ്ങൾ നിരാകരിക്കുകയാണ്. ബി ജെ പി അദ്ധ്യക്ഷൻ കേരളം സന്ദർശിച്ച 2017 ജൂണിൽ 'സംഘർഷഭരിതമായ പാകിസ്ഥാനി'ലേക്ക് എന്ന് വാർത്ത സംപ്രേഷണത്തിനിടെ ഇതേ ചാനൽ സ്ക്രോൾ ചെയ്തത് വലിയ വിവാദമായി. 2019 ലെ തിരഞ്ഞെടുപ്പ് മുന്നിൽ കണ്ട് പ്രതിപക്ഷ നേതാക്കളെ സ്വഭാവഹത്യ ചെയ്യാനുള്ള പ്രചാരണത്തിന് ബി ജെ പി മാധ്യമങ്ങളെ കൂട്ടുപിടിച്ച് നീങ്ങുന്നു എന്ന് പ്രശസ്ത മാധ്യമ പ്രവർത്തകൻ കെ ഗോപാലകൃഷ്ണൻ ചൂണ്ടിക്കാട്ടുന്നു. (*ദീപിക* 2017 ജൂലൈ 26).

> റേറ്റിങ്ങിൽ മുന്നിലെത്താനുള്ള യാതൊരു തത്ത്വദീക്ഷയുമില്ലാത്ത യുദ്ധത്തിൽ കേന്ദ്ര ഭരണ കക്ഷിക്കുവേണ്ടി കളിക്കളത്തിലിറങ്ങാൻ മാധ്യമ പ്രവർത്തകരും മാധ്യമ ഉടമകളും തയ്യാറാകുന്നു. അന്വേഷണാത്മക റിപ്പോർട്ടുകളും മറ്റാർക്കും കിട്ടാത്ത എക്സ്ക്ലൂസിവ് വാർത്തകളുമെല്ലാം പ്രതിപക്ഷത്തിന് എതിരെയാണ്. പ്രതിപക്ഷത്തിന്റെ പ്രതിച്ഛായ മൊത്തമായി തകർക്കുന്നതും പ്രതിപക്ഷമുക്ത ഭാരതത്തിനു വേണ്ടി പ്രവർത്തിക്കുന്നതും ഏറെ

> അപകടകരമാണ്. ബി ജെ പിക്കുള്ളിലെ ഏകാധിപത്യ പ്രവണതകൾ ശക്തമാകുകയും പ്രതിപക്ഷം ദുർബ്ബലമാകുകയും ചെയ്യുന്നത് ഇന്ത്യൻ ജനാധിപത്യത്തിന് ശുഭസൂചനയല്ല. മാധ്യമങ്ങളുടെ ഉദാസീനതയും ദാസ്യമനോഭാവവും കാര്യങ്ങളെ വീണ്ടും കുഴപ്പത്തിലാക്കുന്നു. നോട്ടു റദ്ദാക്കൽ, ജി എസ് ടി, ഇന്തോ-പാക് പ്രശ്നം തുടങ്ങിയവയിൽ സത്യസന്ധമായ സംവാദമോ സ്വതന്ത്രമായ ചർച്ചയോ നടക്കുന്നില്ല എന്നതാണ് ഇതിന്റെ ആത്യന്തിക ഫലം.

ഇന്ത്യയിലെ മുതിർന്ന മാധ്യമപ്രവർത്തകരിൽ ഒരാളായ കെ ഗോപാലകൃഷ്ണന്റെ ഈ വിലയിരുത്തൽ നമ്മുടെ മാധ്യമ ലോകം നേരിടുന്ന സ്വാതന്ത്ര്യ പ്രതിസന്ധിയുടെ ആഴം വെളിപ്പെടുത്തുന്നു.

# 'വാക്കുകൾ കൊണ്ട് തർക്കിക്കാൻ പഠിക്കട്ടെ'

ചൈതന്യ കെ എം

"സാമൂഹ്യമാധ്യമങ്ങളിൽ പോസ്റ്റ് ചെയ്യുന്ന കാര്യങ്ങളിൽ ശ്രദ്ധ വേണം, അപകടകരമായ സാഹചര്യത്തിലാണ് നമ്മൾ ജീവിക്കുന്നത്." കഴിഞ്ഞയാഴ്ച ഗൗരിയോട് ഞാൻ പറഞ്ഞിരുന്നു. "പ്രതികരിക്കുക മനുഷ്യസഹജമാണ്, പെട്ടെന്നുണ്ടാകുന്ന നമ്മുടെ പ്രതികരണം ഏറ്റവും ആത്മാർത്ഥമായുള്ളതാണ്" എന്നായിരുന്നു അവരുടെ മറുപടി.

എന്നാൽ, ചൊവ്വാഴ്ച രാത്രി അവരെ വധിച്ചത് പെട്ടെന്നായിരുന്നില്ല. ആസൂത്രിത കൊലപാതകമാണിത്. ഗൗരി ലങ്കേഷ് ഏറെ പ്രതിഷേധിച്ച നരേന്ദ്ര ധാബോൽക്കർ, ഗോവിന്ദ് പൻസാരെ, കൽബുർഗി എന്നിവരുടെ വധം പോലെതന്നെ.

എഴുത്തുകാരുടെ കുടുംബത്തിലായിരുന്നു ഞാൻ വളർന്നത്. ഗൗരിയുടെ അച്ഛൻ ലങ്കേഷും എന്റെ അച്ഛൻ മരുലസിദ്ദപ്പയും അടുത്ത സുഹൃത്തുക്കളായിരുന്നു. ഗൗരിയുടെ അച്ഛൻ ഇംഗ്ലീഷ് ലക്ചറർ ആയിരുന്നു. എന്റെ അച്ഛന്റെ വിഷയം കന്നഡയും. അയൽവാസികളായ അവരുടെ വീട്ടിൽ എന്നെ ഏല്പിച്ച് അമ്മ പുറത്തുപോകുമായിരുന്നു. ഗൗരിയുമായി തർക്കമുണ്ടാകുമ്പോൾ "നീ സംസാരിക്കാൻ പഠിക്കുന്നതിനുമുമ്പ് നിന്നെ ഞാൻ നോക്കിയിട്ടുണ്ടെ"ന്ന് ഗൗരി തമാശ പറയുമായിരുന്നു.

സംവാദത്തിലേർപ്പെടാനാകുന്ന മനസ്സുണ്ടെന്നതാണ് ഗൗരിയുടെ ഏറ്റവും വലിയ ഗുണം. അവർ പറയുന്നത് തെറ്റാണെന്ന് നമുക്ക് പറയാം. നമ്മുടെ അഭിപ്രായം കേൾക്കാനും അതിനെ ബഹുമാനിക്കാനുമുള്ള ഗുണം ഗൗരിക്കുണ്ട്. അവൾക്ക് അച്ഛനിൽനിന്ന് ലഭിച്ചതായിരുന്നു ഈ ഗുണം. പരസ്പരം വിയോജിക്കാമെന്നതുകൊണ്ടുതന്നെ ഞങ്ങൾ അടുത്ത സുഹൃത്തുക്കളുമായിരുന്നു.

മികച്ച എഴുത്തുകാരനും ചിന്തകനുമായിരുന്നു ഗൗരിയുടെ അച്ഛൻ.

1980 ൽ അദ്ദേഹം *ലങ്കേഷ് പത്രിക* എന്ന പേരിൽ ചെറുപത്രം പുറത്തിറക്കി. പരസ്യമില്ലാതെയാണ് ഇത് പ്രസിദ്ധീകരിച്ചിരുന്നത്. പരസ്യത്തിനായി പ്രസിദ്ധീകരണങ്ങൾ കോർപ്പറേറ്റുകൾക്കും രാഷ്ട്രീയക്കാർക്കും സർക്കാരിനും മുന്നിൽ തലതാഴ്ത്തേണ്ടിവരുമെന്ന് അദ്ദേഹം വിശ്വസിച്ചു. ഇത് മാധ്യമപ്രവർത്തനത്തോടുള്ള ആത്മാർത്ഥതയെ ബാധിക്കും. പ്രചാരണംകൊണ്ടുമാത്രം പത്രം മുന്നോട്ടുകൊണ്ടുപോകാനായിരുന്നു അദ്ദേഹത്തിന്റെ തീരുമാനം. സർക്കാർഭാഗം പറയുന്ന വാർത്തകൾമാത്രം വരുന്ന *ദൂരദർശനും ഓൾ ഇന്ത്യ റേഡിയോ*യും മാത്രമുള്ള ആ കാലത്ത് പത്രങ്ങൾക്ക് സ്വതന്ത്ര ഇടം ഉണ്ടായിരുന്നു.

സോഷ്യലിസ്റ്റ് ചിന്താഗതിക്കാരനായ ലങ്കേഷ് പുരോഗമനവാദിയായിരുന്നു. ജാതീയതയും വർഗ്ഗീയതയും എവിടെ കണ്ടാലും അദ്ദേഹം തുറന്നുകാട്ടി. കന്നഡ ചിന്തകരായ ഡി ആർ നാഗരാജ്, കവി സിദ്ധലിംഗയ്യ എന്നിവരെ കണ്ടെത്തി പ്രോത്സാഹിപ്പിച്ചത് ലങ്കേഷായിരുന്നു. കന്നട സാഹിത്യത്തിന്റെയും രാഷ്ട്രീയചിന്തയുടെയും പ്രധാന വക്താക്കളായി ഇവർ പിന്നീട്  മാറി.

ഡോക്ടറാകാൻ ആഗ്രഹിച്ച ഗൗരി പിന്നീട് മാധ്യമപ്രവർത്തനത്തിലേക്ക് എത്തുകയായിരുന്നു. *ടൈംസ് ഓഫ് ഇന്ത്യ*, *സൺഡേ*, *ഇന്ത്യാ ടുഡേ* തുടങ്ങിയ ഇംഗ്ലീഷ് മാധ്യമങ്ങളിൽ  ജോലിചെയ്ത ശേഷം *ഈനാട് ടി വി* എന്ന ചാനലിലേക്ക് മാറി. ഗൗരിയുടെ സഹോദരങ്ങൾ ഇന്ദ്രജിത്തും കവിതയും സിനിമാമേഖലയിലെത്തി. 2000 ജനുവരി 24 ന് പെട്ടെന്നായിരുന്നു ലങ്കേഷിന്റെ മരണം. മരണശേഷം ഏറ്റവും ബഹുമാനിക്കപ്പെടുന്ന രീതിയായി അദ്ദേഹത്തിന്റെ മാധ്യമപ്രവർത്തനം മാറി.

*ലങ്കേഷ് പത്രിക*യുടെ പ്രസിദ്ധീകരണം നിർത്താൻ തീരുമാനിച്ചെങ്കിലും പിന്നീട് ഗൗരിയുടെ സഹോദരൻ ഇന്ദ്രജിത്ത് അച്ഛന്റെ പേരിൽ പത്രം തുടർന്നുകൊണ്ടുപോകാൻ തീരുമാനിച്ചു. *ഗൗരി ലങ്കേഷ് പത്രിക* എന്ന പേരിൽ ഗൗരി പുതിയ പത്രം തുടങ്ങി. 16 വർഷത്തെ മാധ്യമപ്രവർത്തനപരിചയവുമായാണ് ഗൗരി പുതിയ പത്രം തുടങ്ങിയത്. ഇലക്ട്രോണിക് മാധ്യമങ്ങൾ വേരൂന്നിക്കഴിഞ്ഞതിനാൽ പത്രവുമായി മുന്നോട്ടുപോകാൻ ഏറെ ബുദ്ധിമുട്ടി.

അച്ഛന്റെ ആശയങ്ങളെ മുറുകെപ്പിടിക്കാൻ ഗൗരി എന്നും ശ്രദ്ധിച്ചു. മതനിരപേക്ഷത, ദളിതുകളുടെ അവകാശങ്ങൾ, അടിച്ചമർത്തപ്പെട്ടവരുടെയും സ്ത്രീകളുടെയും അവകാശങ്ങൾ എന്നിവയ്ക്കായി എന്നും ഗൗരിയുടെ പത്രം നിലകൊണ്ടു. വലതുപക്ഷരാഷ്ട്രീയത്തെയും ജാതി അടിസ്ഥാനമാക്കിയുള്ള രാഷ്ട്രീയത്തെയും ഗൗരി നിശിതമായി വിമർശിച്ചു. ഇന്നിന്റെ ശബ്ദമായി സാമൂഹ്യമാധ്യമങ്ങൾ മാറിയപ്പോൾ അതിലൂടെ തന്റെ അഭിപ്രായങ്ങൾ ഭയമില്ലാതെ വിളിച്ചുപറഞ്ഞു. ഇഷ്ടപ്പെടുന്ന ആശയങ്ങളെയും വ്യക്തികളെയും വൈകാരികമായിത്തന്നെ സമീപിക്കാനും അവർ മടിച്ചില്ല. കഴിഞ്ഞവർഷം കനയ്യകുമാറിന്റെ പ്രസംഗം കേട്ടപ്പോൾ ഗൗരി അദ്ദേഹത്തെ ബംഗളൂരുവിലേക്ക് ക്ഷണിച്ചു. കനയ്യ

കുമാറിനെ മകനെന്ന് വിശേഷിപ്പിച്ചു.

നക്സൽ, ദേശദ്രോഹി, ഹിന്ദുവിരുദ്ധ എന്നെല്ലാം ഗൗരിയെ ശത്രുക്കൾ വിളിച്ചു. ട്രോളുകളും ഇറങ്ങി. ഇതൊന്നും ഗൗരിയെ ബാധിച്ചതേയില്ല. സാമൂഹ്യമാധ്യമങ്ങളെപ്പറ്റിയും സാങ്കേതികതയും അറിയില്ലെന്നു പറഞ്ഞ് കഴിഞ്ഞയാഴ്ചപോലും ഞാൻ ഗൗരിയെ കളിയാക്കി. "ഇതെല്ലാം അറിയുന്നവർ മിണ്ടാതിരിക്കുകയാണ്, ഞാൻ എനിക്ക് പറയാനുള്ളതെല്ലാം പറയും, ഭീഷണികൾക്ക് പകരം വാക്കുകൾകൊണ്ട് മറ്റുള്ളവർ തർക്കിക്കാൻ പഠിക്കട്ടെ'' എന്നായിരുന്നു ഗൗരിയുടെ മറുപടി.

*(കടപ്പാട്: The Wire)*

# നിത്യമായി ഉയിർക്കുക...

## കെ ആർ മീര

നമ്മുടെ സ്വാതന്ത്ര്യത്തിന്റെ ഏഴു പതിറ്റാണ്ടുകൾ എത്ര വ്യർത്ഥവും നിഷ്ഫലവുമായിത്തീർന്നിരിക്കുന്നു എന്നു വിളിച്ചുപറയുന്ന ഒരു രാത്രിയാണിത്. 'ഭഗവാന്റെ മരണം' എന്ന കഥ ഡോ. കെ എസ് ഭഗവാൻ കന്നഡയിലേക്കു പരിഭാഷപ്പെടുത്തിയപ്പോൾ അതു പ്രസിദ്ധീകരിച്ചത് ഗൗരി ലങ്കേഷ് ആയിരുന്നു. കഥ വായിച്ച് ഗൗരി ആവേശഭരിതയായെന്നും ഇതുപോലെ ഒരു കഥ കന്നഡയിൽ ആരും എഴുതിയില്ലല്ലോ എന്നു നിരാശ പ്രകടിപ്പിച്ചെന്നും ഡോ. ഭഗവാൻ പറഞ്ഞറിഞ്ഞതു മുതൽ അവരെ കാണാൻ ആഗ്രഹിച്ചിരുന്നതാണ്. ബാംഗ്ലൂർ ഫെസ്റ്റിവലിനു പോയപ്പോൾ മറ്റു തിരക്കുകൾമൂലം, അതു സാധിച്ചില്ല. ഇനി സാധിക്കുകയുമില്ല. കാരണം, ഗൗരി ലങ്കേഷ് കൊല്ലപ്പെട്ടിരിക്കുന്നു. അമ്പത്തിയഞ്ചാം വയസ്സിൽ!

എഴുപത്തേഴുകാരനായിരുന്ന ഡോ. കൽബുർഗി കൊല്ലപ്പെട്ട അതേ വിധം. രാത്രി എട്ടുമണിക്ക് ഓഫീസിൽനിന്നു തിരികെയെത്തി ഗേറ്റു തുറക്കുകയായിരുന്നു. മോട്ടോർസൈക്കിളിൽ എത്തിയ മൂന്നു പേർ ഏഴു റൗണ്ട് വെടിവച്ചു. മൂന്നു വെടിയുണ്ടകൾ ഗൗരിയുടെ ശരീരത്തെ തുളച്ചു. ഒന്ന് നെറ്റിയിൽ, ഒന്ന് കഴുത്തിൽ, ഒന്ന് നെഞ്ചിൽ. നാലു വെടിയുണ്ടകൾ ലക്ഷ്യം തെറ്റി ഭിത്തിയിൽ തറച്ചു.

ഈ നാട്ടിൽ യു ആർ അനന്തമൂർത്തിയും ഡോ. കൽബുർഗിയും എന്റെ പിതാവ് പി ലങ്കേഷും പൂർണ ചന്ദ്ര തേജസ്വിയും ഒക്കെയുണ്ടായിരുന്നതാണ്. അവരൊക്കെ ജവഹർലാൽ നെഹ്റുവിനെയും ഇന്ദിരാ ഗാന്ധിയെയും രാജീവ് ഗാന്ധിയെയും ഒക്കെ നിശിതമായി വിമർശിച്ചിട്ടുള്ളവരുമാണ്. പക്ഷേ, അതിന്റെ പേരിൽ അവർ ശാരീരികമായി ആക്രമിക്കപ്പെട്ടിരുന്നില്ല. കൊല്ലപ്പെട്ടിരുന്നില്ല, അവർക്കു വധഭീഷണികൾ ലഭി

ച്ചിരുന്നില്ല എന്നു ഗൗരി ലങ്കേഷ് പറഞ്ഞിട്ട് അധികം നാളുകൾ കഴിഞ്ഞിട്ടില്ല.

എന്റെ രാജ്യത്തെ ഭരണഘടന എന്നെ പഠിപ്പിക്കുന്നത് മതനിരപേക്ഷത പാലിക്കുന്ന പൗരനാകാനാണ്. അല്ലാതെ വർഗ്ഗീയ വാദിയാകാനല്ല. അതുകൊണ്ട്, വർഗ്ഗീയവാദികളെ എതിർക്കേണ്ടത് എന്റെ കടമയാണെന്നു ഞാൻ കരുതുന്നു എന്ന് ഉറക്കെപ്പറയാൻ അവർ അധൈര്യപ്പെട്ടില്ല.

തളംകെട്ടി നില്ക്കുന്ന രക്തത്തിൽ വീണു കിടക്കുന്ന മെലിഞ്ഞ ശരീരം. തുളഞ്ഞു പോയ ഒരു കണ്ഠം, ഹൃദയം, മസ്തിഷ്കം. അതുകൊണ്ട്? വെടിയുണ്ടകളേറ്റു തൊണ്ട തുളഞ്ഞാൽ അവരുടെ ശബ്ദം നിലയ്ക്കുമോ? വാക്കുകളും അർത്ഥങ്ങളും ഇല്ലാതാകുമോ? കൊല്ലപ്പെടുന്നവർക്കാണ് കൊല്ലുന്നവരേക്കാൾ ദീർഘായുസ്സ്. അവർ പിന്നെയും പിന്നെയും ഉയിർത്തെഴുന്നേറ്റുകൊണ്ടിരിക്കും. നിത്യമായി ഉയിർക്കുക, ഗൗരി ലങ്കേഷ്.

*(ഫെയ്സ്ബുക്ക് പോസ്റ്റ്)*

# ഉയരും; ആയിരം ഗൗരിമാർ

## ചേതന തീർത്ഥഹള്ളി

**അ**വൾ ചോദ്യങ്ങളുയർത്തി
അവൾ എഴുതി
അവൾ പോരാടി
അവൾ ചെറുത്തുനിന്നു
അവൾ വെടിയേറ്റ് കൊല്ലപ്പെട്ടു

ഗൗരി ലങ്കേഷ്, അഭിപ്രായസ്വാതന്ത്ര്യത്തിന്റെ ആത്മാവാണ് കൊല്ലപ്പെട്ടത്. ഭീരുക്കളായ ഫാസിസ്റ്റുകൾ അവളെ ഏറെ ഭയപ്പെട്ടിരുന്നു; അതുകൊണ്ടുതന്നെ അവരുടെ പിണിയാളുകൾക്ക് സ്വന്തം മുഖം രക്ഷിക്കാൻ അവളെ കൊല്ലുകയല്ലാതെ മറ്റു മാർഗ്ഗമൊന്നുമുണ്ടായിരുന്നില്ല.

*ഗൗരി ലങ്കേഷ് പത്രിക*യുടെ ധീരയായ പത്രാധിപരായിരുന്നു ഗൗരി ലങ്കേഷ്. മനുഷ്യത്വത്തിനും നീതിക്കുംവേണ്ടി എന്നും നിലയുറപ്പിച്ച പ്രസിദ്ധീകരണമായിരുന്നു അത്. തെറ്റായ എല്ലാറ്റിനെയും അവൾ ചോദ്യംചെയ്തു. പത്രപ്രവർത്തനജീവിതത്തിലുടനീളം ഭീതിയേതുമില്ലാതെ അവർ സംസാരിച്ചു, സമൂഹത്തിലെ തെറ്റുകൾക്കെതിരെ നിലകൊണ്ടു, പ്രത്യേകിച്ചും വർഗ്ഗീയ രാഷ്ട്രീയത്തിനും ജാതിവ്യവസ്ഥയ്ക്കും അധികാരകേന്ദ്രങ്ങൾക്കുമെതിരെ.

ഭയരഹിതമായി ജീവിക്കാൻ ഗൗരി ലങ്കേഷാണ് ഞങ്ങളെ പഠിപ്പിച്ചത്. കാവിഗുണ്ടകളിൽനിന്ന് നിരന്തരം ഭീഷണി ഉയർന്നെങ്കിലും ഗൗരി ലങ്കേഷ് ഒരിക്കലും പൊലീസ് സംരക്ഷണത്തിന് ആവശ്യപ്പെട്ടില്ല. ഞങ്ങൾക്ക് അനുകരിക്കാവുന്ന മാതൃകയായിരുന്നു അവർ. പ്രത്യേകിച്ചും വനിതാ മാധ്യമപ്രവർത്തകർക്ക്.

വ്യക്തിപരമായി പറയുകയാണെങ്കിൽ ഗൗരി ലങ്കേഷിന്റെ ജീവിതവും പ്രവൃത്തികളും എന്നെ ഏറെ സ്വാധീനിച്ചു. സംഘപരിവാരവും അവരുടെ അനുയായികളും എന്നെ ജൂനിയർ ഗൗരി ലങ്കേഷ് എന്ന്

പറഞ്ഞാണ് അപഹസിക്കാറുള്ളത്. ഒരേ പാതയിലൂടെയാണ് സഞ്ചാരമെങ്കിലും ഒരിക്കലും ഞങ്ങൾ തമ്മിൽ സമ്പർക്കം പുലർത്തിയിരുന്നില്ല. പക്ഷേ, എല്ലാ ഘട്ടത്തിലും അവർ എനിക്കുവേണ്ടി നിലകൊണ്ടു. സംഘികൾ സാമൂഹ്യമാധ്യമങ്ങളിലൂടെ എന്നെ ലക്ഷ്യമിട്ടപ്പോൾ ഗൗരി ലങ്കേഷ് അവരുടെ മാധ്യമത്തിൽ എന്നെക്കുറിച്ച് എഴുതുകയും പൂർണ്ണപിന്തുണ പ്രഖ്യാപിക്കുകയുംചെയ്തു. ആ സമയത്ത് അവർക്കെതിരെ ഞാൻ ഒരു കേസ് നടത്തുകയായിരുന്നുവെന്ന് നിങ്ങൾ മനസ്സിലാക്കണം.

ഗൗരി ലങ്കേഷിന്റെ ടാബ്ലോയിഡിലെ ഒരു റിപ്പോർട്ടർ എന്നെക്കുറിച്ച് മോശമായ ഒരു ലേഖനം പ്രസിദ്ധീകരിച്ചു. നിയമപ്രകാരം റിപ്പോർട്ടർക്കെതിരെയും എഡിറ്റർക്കെതിരെയും ഞാൻ കേസ് ഫയൽ ചെയ്തു. കോടതിക്കുപുറത്ത് കേസ് തീർക്കാൻ ഗൗരി താല്പര്യം പ്രകടിപ്പിച്ചു. എന്നാൽ, ഞാൻ അതിന് തയ്യാറായില്ല. ഞാൻ ഏറ്റവും ഇഷ്ടപ്പെടുന്ന പ്രസിദ്ധീകരണത്തിൽത്തന്നെ മോശമായി ചിത്രീകരിക്കുന്ന പരാമർശം വന്നത് ഏറെ വേദനിപ്പിച്ചു. കർണ്ണാടകത്തിലെ എല്ലാ പുരോഗമന മനസ്കരുമെന്നപോലെ ഞാനും ഗൗരിയുടെ പിതാവ് പുറത്തിറക്കിയ *ലങ്കേഷ് പത്രിക* വായിച്ചാണ് വളർന്നത്. സംസ്ഥാനത്ത് ഏറ്റവും സ്വാധീനമുള്ള പ്രസിദ്ധീകരണമായിരുന്നു അത്. നൂറുകണക്കിന് പൊതുപ്രവർത്തകരെ സൃഷ്ടിച്ച പ്രസിദ്ധീകരണം.

കേസ് പിൻവലിക്കാൻ ഞാൻ വിസമ്മതിച്ചതിൽ ഗൗരി എന്നോട് ദേഷ്യപ്പെട്ടിരുന്നു. എന്നിട്ടും എനിക്ക് ഒരു പ്രശ്നം വന്നപ്പോൾ അവർ എനിക്കുവേണ്ടി നിലകൊണ്ടു. പ്രത്യയശാസ്ത്രത്തോടുള്ള അവരുടെ ആത്മാർത്ഥത അത്രമാത്രം ആഴമുള്ളതായിരുന്നു. അതാണ് അവരുടെ മഹത്വവും. അതുകൊണ്ടാണ് മറ്റെല്ലാ കാര്യങ്ങളും മറന്ന് എന്റെ മാതൃകാബിംബമായി അവർ നിലകൊള്ളുന്നത്.

യോജിച്ച പോരാട്ടത്തിലാണ് ഗൗരി ലങ്കേഷ് വിശ്വസിച്ചിരുന്നത്. പുതുതലമുറ പ്രവർത്തകർക്ക് അവർ മൂത്ത സഹോദരിയാണ്. പുരോഗമനപ്രസ്ഥാനങ്ങൾക്കിടയിലുള്ള അഭിപ്രായവ്യത്യാസങ്ങൾ പറഞ്ഞുതീർത്ത് ഐക്യം പുനഃസ്ഥാപിക്കാനായി അവർ കഠിനമായി അദ്ധ്വാനിച്ചു. അവസാനമായി അവർ ടിറ്ററിൽ ഉയർത്തിയ ആവശ്യങ്ങളിലൊന്ന് ഇടതുപക്ഷസംഘടനകൾ ഐക്യത്തോടെ പ്രവർത്തിക്കണമെന്നായിരുന്നു. ഫാസിസ്റ്റ് ശക്തികൾക്കെതിരെ യോജിച്ച് പൊരുതണമെന്ന് അവർ ആവർത്തിച്ച് ആവശ്യപ്പെടാറുണ്ടായിരുന്നു.

കണ്ണുകൾ നിറയുകയാണ്. ദുഃഖത്തിന്റെയും നിസ്സഹായതയുടെയുമല്ല ഈ കണ്ണീർ. രോഷത്തിന്റെയും മോഹഭംഗത്തിന്റേതുമാണത്. അവർക്ക് ഒരു ഗൗരിയെ കൊല്ലാൻ കഴിയുമായിരിക്കാം. എന്നാൽ, അവരുടെ പ്രവർത്തനം മുന്നോട്ടുകൊണ്ടുപോകാൻ ഇവിടെ നൂറുകണക്കിന്, ആയിരക്കണക്കിന് ഗൗരിമാരുണ്ട്. അവർ അവളെ വധിച്ചിരിക്കാം. എന്നാൽ, ഗൗരിയെ മരിക്കാൻ ഞങ്ങൾ അനുവദിക്കില്ല. ഞങ്ങളുടെ ബോധമണ്ഡലത്തിൽ അവർ എന്നും ജീവിച്ചിരിക്കും.

# ഗൗരി ലങ്കേഷ് പറയുന്നു

മണമ്പൂർ രാജൻബാബു

**നി**റയൊഴിച്ചാൽ തീരും
വംശമല്ലിത്, നീറും
ചുടലച്ചാരത്തിന്റെ
വീറിൽ നിന്നുയിർക്കൊള്ളും.

കാറ്റിലും കടലിലും
മേഘഗർജ്ജനങ്ങളായ്
ഭൂമിയെ, ഗ്രഹങ്ങളെ
നിത്യവും ത്രസിപ്പിക്കും.

ചെറിയ പേനക്കണ്ണിൽ
ക്യാമറത്തുറുക്കണ്ണിൽ
അതിസൂക്ഷ്മാം സത്യം
കാലഭൈരവനാകും.

നേരിന്റെ നിയാമക
തീജ്ജ്വാല ചെറുക്കുവാൻ
ഭരണഭ്രാന്തിൻ ധാടി,
മോടി വിഭ്രാന്തിക്കാകാ.....
******
നിദ്ര കൈവെടിയുന്ന
രാവുകൾ വരും, ഭാവി
ജാതകത്തിനീ തല-
യോട്ടികൾ മാത്രം സാക്ഷി.

# അകൃത്യം

## ബിനോയ് കുറ്റുമുക്ക്

**അ**ന്നൊരു സാധാരണ
ചൊവ്വാഴ്ചയായിരുന്നു-
പകൽ പറക്കുന്ന പറവകൾ
ഇരതേടി കൂടണഞ്ഞിരുന്നു
മുക്കുവർ ആഴക്കടലിൽനിന്നും
കർഷകർ നട്ടുച്ചയുടെ തീക്ഷ്ണതയിൽനിന്നും
അന്നത്തെ അന്നത്തിനായി
മടങ്ങിയിരുന്നു.
പണിയിടങ്ങളിൽനിന്ന്
തിരിച്ചുവന്ന കാലുകൾ
തളർന്നിരുന്നു!

അന്ന് കരിമ്പുപൂത്ത കാവേരിയുടെ
തീരങ്ങൾ ചുവന്നിരുന്നില്ല;
യൂക്കാലിമരത്തിൽ
ചിറകടിയൊച്ചകൾ കലഹിച്ചതുമില്ല.
കാവേരിയുടെ വയലുകളിൽനിന്ന്
പഴവണ്ടികൾ വലിച്ച കുട്ടികൾ
നിലാവിനെനോക്കി ചിരിച്ചിരുന്നു!

സൃഷ്ടിയുടെ വേളയിൽ
ചൂണ്ടുവിരൽതന്ന ദൈവം
അകൃത്യത്തിന് പ്രേരിപ്പിച്ചിട്ടില്ല,

എന്നിട്ടും നക്ഷത്രങ്ങൾ കഥപറഞ്ഞ
ആ രാത്രി...
ആ ചൂണ്ടുവിരൽ മടക്കിയതെന്തിന്?
പകൽവെളിച്ചത്തിൽ
തിരിച്ചറിയുന്ന മുഖങ്ങൾ
മറയ്ക്കപ്പെട്ടതെന്തിന്?
കാഞ്ചിവലിച്ചതെന്തിന്?

പ്രിയപ്പെട്ട ഗൗരി,
സെപ്തംബറിലെ കാറ്റ്
ഞങ്ങളെ ഭയപ്പെടുത്തുമെങ്കിലും
തുടരും, പോരാടും
വ്യാകരണ നിയമങ്ങളില്ലാത്ത
എഴുത്തിനായ്........

9 789387 842250

Printed by Libri Plureos GmbH in Hamburg,
Germany